வண்ணக்கழுத்து

வண்ணக்கழுத்து

தன் கோபால் முகர்ஜி

தமிழில்: மாயக்கூத்தன்

கிழக்கு

வண்ணக்கழுத்து
Vannakazhuththu
Dhan Gopal Mukerji ©
Tamil translation by *Maayakoothan* ©

Tamil translation of *Gay Neck, the Story of a Pigeon*

First Edition: December 2018
152 Pages
Printed in India.

ISBN 978-93-86737-70-0
Kizhakku 1129

Kizhakku Pathippagam
177/103, First Floor, Ambal's Building, Lloyds Road,
Royapettah, Chennai - 600 014. Ph: +91-44-4200-9603
Email : support@nhm.in Website : www.nhm.in

kizhakkupathippagam kizhakku_nhm

Kizhakku Pathippagam is an imprint of New Horizon Media Private Limited

சுரேஷ் சந்திர பானர்ஜிக்கு

உள்ளே

1

பிறப்பு

பத்து லட்சம் பேர் இருக்கும் கல்கத்தாவில் புறாக்கள் இருபது லட்சமாவது இருக்கும். இந்துப் பையன்கள் மூன்றில் ஒருவனிடம் காரியர்கள், டம்ப்ளர்கள், ஃபேன்டெயில்கள், பௌடர்கள் என்று ஒரு டஜன் வளர்ப்புப் பறவைகளாவது இருக்கும். ஆயிரக்கணக்கான ஆண்டுகளாகப் புறாக்கள் வளர்க்கப்பட்டுவரும் இந்தியாவில், ஃபேன்-டெயிலும் பௌடரும் பறவைகளை நேசிப்பவர்கள் பிரத்யேகமாக உருவாக்கிய இரு வேறு இனப் புறாக்கள். காலங்காலமாக, மாட மாளிகைகளில் அரச குடியினராலும் சின்னஞ் சிறிய வீடுகளில் ஏழைகளாலும் புறாக்களின் மீது அன்பும் அக்கறையும் பொழியப்பட்டுவருகிறது. பணக்காரர்களின் தோட்டங்களிலும் குடில்களிலும் நீரூற்றுகளிலும் மட்டுமல்ல சாதாரணர்களின் சிறு நந்தவனங்களிலும், பழத்தோட்டங்களிலும் அலங்காரமாகவும் இசையாகவும் பல வண்ணப்புறாக்களும் குனுகும் மரகதக் கண் கொண்ட வெண்புறாக்களும் நிறைந்து காணப்படுகின்றன.

இன்றைக்கும்கூட, எண்ணற்ற சிறுவர்கள் சமதளமாக இருக்கும் வீட்டுக்கூரைகளில் வெள்ளைக்கொடி அசைத்துத் தங்கள் வளர்ப்புப் புறாக்கள் ஈரமற்ற குளிர் காற்றில் உயரப் பறக்க சமிக்ஞை செய்து கொண்டிருப்பார்கள். எங்கள் பெருநகர்களுக்கு வருகை புரியும் வெளிநாட்டினர், குளிர்காலக் காலைவேளைகளில் இந்தக் கண்கொள்ளாக் காட்சியை இன்றும் காண முடியும். நீல

வானத்தில், அடர்ந்த மேகங்களாகப் புறாக்கூட்டங்கள் பறந்து செல்லும். சிறிய கூட்டங்களாகத் தொடங்கி, தங்கள் எஜமானர்கள் வீட்டுக் கூரைகளின் மேல் இருபது நிமிடங்கள் வட்டமடிக்கும். பின் மெதுவாக மேலேறி, எல்லா சிறிய கூட்டங்களும் ஒரு பெரிய கூட்டமாகி, பார்வைக்கு அப்பால் சென்று மறையும். ரோஜா, மஞ்சள், வாடாமல்லி, வெள்ளை என்று பல நிறங்களில் இருந்தாலும் எல்லா வீட்டுக் கூரைகளும் ஒரே வடிவில் இருக்கும்போது, ஒவ்வொரு புறாவும் தத்தமது வீடுகளை எப்படிக் கண்டுபிடித்து வந்துசேர்கிறது என்பது ஆச்சரியம்தான்.

ஆனால், புறாக்களுக்கு அற்புதமான திசையுணர்வும் எஜமானர்கள் மீது நேசமும் உண்டு. புறாக்களையும் யானைகளையும்விட விசுவாசமான உயிரினங்களை நான் இதுவரை பார்த்ததில்லை. நாலு கால் கொண்ட யானையுடன் காட்டிலும் இரு சிறகுகள் கொண்ட புறாவுடன் நகரத்திலும் விளையாடியிருக்கிறேன். எவ்வளவு தூரம் அலைந்தாலும் அவற்றின் தவறாத உள்ளுணர்வு - அவற்றின் தோழனும் சகோதரனுமான மனிதனிடம் கொண்டுசேர்த்துவிடும்.

என் யானை நண்பன் கரியைப்பற்றி முன்பே சொல்லியிருக்கிறேன். மற்றொரு செல்லப்பிராணி ஒரு புறா. இவன் பெயர் சித்திரக்-க்ரீவா. சித்திரம் என்றால் - பல வண்ணத்தில் வரைந்த ஓவியம். க்ரீவா என்றால், கழுத்து. அதுதான் வண்ணக்கழுத்துப் புறா. சிலசமயம், வானவில் குரல்வளையன் என்றும் அவனைக் கூப்பிடுவோம்.

முட்டையிலிருந்து வரும்போதே அவன் வண்ணக்கழுத்துப் புறாவாக வரவில்லை. வாரக்கணக்கில் சிறகு முளைத்தது. மூன்று மாதம் வரையில் அவனுக்கு அழகான கழுத்து வரும் என்ற நம்பிக்கையே இல்லை. ஆனால், கடைசியில் அவன் அழகிய வண்ணங்களைப் பெற்றபோது, இந்தியாவில் என் டவுனில் இருந்த நாற்பதாயிரம் புறாக்களில் மிக அழகானவனாக ஆகிவிட்டான்.

கதை அதற்கு முன்பே தொடங்குகிறது. அதாவது வண்ணக்கழுத்துப் புறாவின் பெற்றோர்களிடமிருந்தே கதை தொடங்குகிறது. அவன் அப்பா ஒரு டம்ப்ளர் வகைப் புறா. அக்காலத்தில் மிக அழகான புறாவைக் கல்யாணம் செய்து கொண்டார்; அவள் ஒரு உயர்ந்த காரியர்ஸ் குடும்பத்திலிருந்து வந்தவள். இதனால்தான் பின்னாளில் வண்ணக்கழுத்துப் புறா போரிலும் அமைதியிலும் மதிக்கத்தக்க ஒரு புறாவாக இருந்தான். அம்மாவிடமிருந்து அறிவையும், அப்பாவிடமிருந்து தைரியத்தை யும் விழிப்புணர்வையும் அவன் பெற்றுக்கொண்டான். மிகவும்

சுட்டி. பல முறை தன்னைத் தாக்க வரும் பருந்துகளிடமிருந்து கடைசி நேரத்தில் எதிரியின் தலைமீதே பல்டியடித்துத் தப்பித்திருக்கிறான். அந்தக் கதையெல்லாம் பின்னால் பார்க்கலாம்.

இப்போதைக்கு வண்ணக்கழுத்துப் புறா முட்டையாக இருக்கும் போதே எப்படி மயிரிழையில் தப்பினான் என்பதைச் சொல்கிறேன். ஒருநாள், அவன் அம்மா இட்டிருந்த இரண்டு முட்டைகளில் ஒன்றை உடைத்துவிட்டேன்; தவறு என்மீதுதான். இன்னமும் அதற்காக வருந்துகிறேன். உடைந்துபோன முட்டையிலிருந்து உலகின் மிகவும் அழகிய புறா வந்திருக்கலாம். முட்டை இப்படித்தான் உடைந்தது:

எங்கள் வீடு நான்கு மாடிகள் கொண்டது. அதன் கூரையில் புறாக்கூண்டு இருந்தது. முட்டையிட்ட சில நாட்களுக்குப்பின், வண்ணக்கழுத்துப் புறாவின் அம்மா அடைகாத்துக் கொண்டிருந்த புறாக்கூண்டை சுத்தம் செய்யத் தீர்மானித்தேன். பைய அவளைத் தூக்கிக் கூரையின்மீது என்னருகே வைத்தேன். பிறகு இரண்டு முட்டைகளையும் ஒவ்வொன்றாக எடுத்துப் பக்கத்துப் புறாக்கூண்டில் வைத்தேன். அங்கு பஞ்சோ துணியோ ஏதுமில்லை; பின் அதன் கூட்டிலிருந்து குப்பைகளை அகற்றினேன். அது முடிந்த பிறகு, ஒரு முட்டையை எடுத்து அதற்குரிய இடத்தில் வைத்தேன். பிறகு, இரண்டாவது முட்டையை எடுக்கப் போனேன், அதை உறுதியாக, ஆனால் அழுத்தாமல் பற்றி எடுத்தேன். அப்போது கூரையே புயலில் என் மீது விழுந்ததுபோல் என்னவோ என் முகத்தில் விழுந்தது.

வண்ணக்கழுத்துப் புறாவின் அப்பா தன் இறக்கைகளால் என் முகத்தில் படபடவென அடித்துக் கொண்டிருந்தார். அதைவிட மோசம், அவர் தன் நகங்களைக்கொண்டு என் மூக்கைப் பற்றிக் கொண்டதுதான். எப்படி நடந்தது என்றே தெரியவில்லை, வலியினாலும் அதிர்ச்சியினாலும் கையிலிருந்த முட்டையைக் கீழே விட்டுவிட்டேன். அந்தப் பறவையை என் முகத்திலிருந்து விரட்ட முயன்றேன். ஒரு வழியாக அப்பறவை என் முகத்தைவிட்டுப் பறந்துவிட்டது. ஆனால், அந்த முட்டை என் காலடியில் உடைந்து சிதறிக் கிடந்தது.

என் மீதும் அந்தப் பறவையின் மீதும் கோபம் கோபமாக வந்தது. ஏன் என் மேல் கோபம்? அப்பா பறவையின் தாக்குதலுக்கு நான் தயாராக இருந்திருக்கவேண்டும். என்னை முட்டைத் திருடன் என்று நினைத்துக்கொண்டுவிட்டது. தன் உயிரைப்

பணயம்வைத்து முட்டைகளைக் காக்கத் துணிந்துவிட்டது. அடைகாக்கும் பருவத்தில் எப்போது கூண்டுகளைச் சுத்தம் செய்வதாக இருந்தாலும், சகலவிதமான பறவைத் தாக்குதலுக்கும் தயாராக இருங்கள் என்றே உங்களுக்குச் சொல்வேன்.

கதையைத் தொடர்வோம். வண்ணக்கழுத்துப் புறாவை இந்த உலகத்துக்குள் கொண்டுவர, எந்த நேரத்தில் கொத்தி முட்டை யோட்டை உடைக்கவேண்டும் என்று அம்மா பறவைக்குத் தெரியும். காலையிலிருந்து பின்மதியம்வரை - சுமார் மூன்றில் ஒரு பங்கு நேரம் - ஆண் பறவைதான் முட்டையை அடைகாக்கிறது என்றாலும், எப்போது முட்டையிலிருந்து குஞ்சு வெளிவரும் என்று அதற்குத் தெரியாது. முகூர்த்த நேரம் எதுவென்று அம்மா பறவை மட்டுமே அறியும். முட்டைக் கருவும் வெள்ளையும் குஞ்சாக மாறிவிட்டதை அறிவிக்கும் செய்தியை அது எப்படிப் பெறுகிறது என்பதை நம்மால் புரிந்துகொள்ளமுடியாது. கொஞ்சம்கூடக் குஞ்சைக் காயப்படுத்திவிடாமல், எந்த இடத்தில் கொத்தி முட்டையை உடைக்கவேண்டும் என்பது அம்மா பறவைக்குத்தான் தெரியும். என்னைப் பொறுத்தவரை இது ஒரு அற்புதம்.

வண்ணக்கழுத்துப் புறாவின் பிறப்பு நான் மேலே சொன்னபடிதான் நடந்தது. முட்டையிட்டு சுமார் இருபது நாட்களிருக்கும்போது, அம்மா பறவை முட்டையின் மீது உட்காருவதை நிறுத்திவிட்டது. அப்பா பறவை கூரையில் இருந்து கீழே தானாகப் பறந்து வந்து அடைகாக்க முன்வந்த போதெல்லாம், கொத்தி அதை விரட்டி விட்டது. அப்பா பறவை, 'என்னை ஏன் விரட்டி விடுகிறாய்?' என்று குனுகிக் கொண்டிருந்தது.

அம்மா மேலும் கொத்தியது; அதற்கு அர்த்தம், 'தயவுசெய்து போய் விடு. நிலைமை ரொம்பத் தீவிரம்'.

அத்தோடு அப்பா பறவை பறந்துவிட்டது. எனக்குக் கவலையாகி விட்டது; குஞ்சு பொரிக்கவேண்டுமே என்ற பதற்றம், அம்மா பறவை இப்படிச் செய்வதில் வேறு எனக்கு சந்தேகம். அதிகரிக்கும் ஆர்வத்தோடும் கவலையோடும் புறாக்கூண்டையே பார்த்துக் கொண்டிருந்தேன். ஒரு மணிநேரம் சென்றுவிட்டது. எதுவும் நடக்கவில்லை. மேலும் முக்கால் மணி நேரம் கழித்து, அம்மா பறவை தன் தலையை ஒருபக்கமாய்ச் சாய்த்து எதையோ உன்னித்துக் கேட்பதுபோல் இருந்தது; முட்டையிலிருந்து எழும் கிளறல் சத்தமாக இருக்கலாம். பிறகு அது சற்றே திடுக்கிட்டது போலிருந்தது. ஒரு நிலநடுக்கமே அதன் உடம்பில்

ஏற்பட்டதுபோல உணர்ந்தேன். அத்தோடு அது ஒரு முடிவுக்கு வந்தது. தன் தலையை உயர்த்திக் குறிபார்த்தது. இரண்டே கொத்தில், முட்டையை உடைத்துவிட்டது. அதிலிருந்து மூக்கும் நடுங்கும் சிறு உடலுமாக ஒரு சிறிய பறவை வெளிவந்தது. இப்போது அம்மாவைப் பார்க்கணுமே... அதற்கும் அதிசயமாக இருக்கிறது. இதற்குத்தானா இத்தனை நீண்ட நாட்கள் அது காத்திருந்தது! எத்தனை சிறிய பறவை. ஐயோ பாவம், என்றிருக்கிறது. தன்னால் எதுவும் செய்துகொள்ள முடியாத குஞ்சைப் பார்த்ததும் மிருதுவான நீல இறகுகளால் தன் குஞ்சை மார்போடு வாரி அணைத்துக் கொண்டது.

2

பறக்கக் கற்றுக்கொள்ளுதல்

பறவைகளின் உலகில் காண்பதற்கு அருமையான விஷயங்கள் இரண்டு உண்டு. ஒன்று, அம்மா தன் குஞ்சை வெளிச்சத்துக்குக் கொண்டு வர முட்டையைக் கொத்தி உடைப்பது. மற்றொன்று, குஞ்சை அவள் அணைத்து, கொஞ்சி உணவு ஊட்டிவிடுவது.

வண்ணக்கழுத்துப் புறாவை அவனுடைய அப்பாவும் அம்மாவும் மிகவும் பாசத்துடன் அணைத்து வளர்த்தார்கள். மனிதக் குழந்தைகள் தத்தமது பெற்றோரின் அணைப்பில் பெறுவதை அவனும் பெற்றான். ஒன்றும் அறியாத அந்தக் குஞ்சுகளுக்கு, இது கதகதப்பையும் சந்தோஷத்தையும் தரும். உணவைப்போலவே அணைப்பும் அவற்றுக்கு அவசியம்.

இந்தப் பருவத்தில், புறாக்கூட்டில் அதிக அளவில் பஞ்சையோ பருத்தித் துணியையோ அடைக்கக்கூடாது. துணியும் பஞ்சும் கொஞ்சம் கொஞ்சமாகக் குறைத்துக்கொள்ளப்பட வேண்டும். அப்போதுதான் கூடு அதிகம் சூடாகாமல் இருக்கும். இந்த விஷயம் தெரியாத புறா வளர்ப்பாளர்கள், குஞ்சு வளர வளரத் தன் உடம்பிலிருந்து மேலும் மேலும் உஷ்ணத்தை உண்டாக்குவான் என்பதைப் புரிந்துகொள்வதில்லை. மேலும், இந்த நேரத்தில் அடிக்கடி புறாக்கூட்டைச் சுத்தம் செய்வதும் நல்லதில்லை என்றே நினைக்கிறேன். தாய் தந்தைப் பறவைகள் கூட்டில்

என்னவெல்லாம் வைத்திருக்கிறார்களோ அவையெல்லாம் குஞ்சை சுவுகரியமாகவும் மகிழ்வாகவும் வைத்திருக்கும்.

பிறந்து இரண்டு நாட்களில், ஒவ்வொரு முறையும் அதன் பெற்றோரில் ஒருவர் கூடு திரும்பும்போது, குட்டி வண்ணக்கழுத்துப் புறா தானாக அலகு திறந்து, தன் இளஞ்சிவப்பு நிற உடலைத் துருத்தி போல் விரித்தது எனக்கு முழுமையாக நினைவிலிருக்கிறது. அப்பாவோ அம்மாவோ, அவனுடைய அகன்று விரிந்த தொண்டைக்குள் தங்கள் அலகுகளை விட்டு, தாம் உண்ட தினை விதைகளைத் தங்கள் உடலுறுப்புகளில் செரித்து உருவாக்கிய பாலைப் புகட்டுவார்கள்.

அவனுடைய வாயில் விடப்படும் உணவு மிகவும் மென்மை யானதாக இருப்பதைக் கவனித்திருக்கிறேன்.குஞ்சு பிறந்து ஒரு மாத காலம் ஆனாலும்கூட எந்தவொரு புறாவும் எந்த விதையானாலும் தன் தொண்டையில் சிறிது நேரம் வைத்திருந்த பிறகே கொடுக்கும். அப்படிச் செய்வதன் மூலம், குஞ்சின் பிஞ்சு வயிற்றுக்குள் நுழையும் முன்பே உணவு இலகுவாகிவிடும்.

நம்முடைய வண்ணக்கழுத்துப் புறா அசுரத்தனமாகத் தின்பான். அவனது பெற்றோரில் ஒருவர் அவனோடு இருந்து அவனை அணைத்துக் கொண்டிருந்தால், மற்றவரை உணவுக்காக அலைகழித்துக் கொண்டிருந்தான். அம்மாவுக்கு எந்த அளவிலும் குறையாமல் அப்பாவும் அவனை அணைத்துக் கொண்டும், அவனுக்காக வேலை செய்து கொண்டும் இருந்தார் என்று நினைக்கிறேன். இதனால், அவன் பெருத்துப் போனதில் ஆச்சரியமே இல்லை.

அவனுடைய இளம்சிவப்பு நிறம், இறகுகள் வளர்வதற்கு அறிகுறியாக மஞ்சள் கலந்த வெண்ணிறத்தை அடைந்தது. அதன் பிறகு, உருண்டையான, விறைப்பான, முள்ளம்பன்றியின் முட்கள் போன்ற, வெள்ளை இறகுகள் முளைத்தன. வாய் பக்கத்திலும் கண்களுக்குப் பக்கத்திலும் இருந்த மஞ்சள் நிறமிகள் உதிர்ந்தன. மெள்ள, உறுதியான கூர்மையான நீண்ட அலகு வெளிப்பட்டது. என்னவொரு உறுதியான தாடை!

அவன் பிறந்து மூன்று வாரங்கள் இருக்கும்போது, புறாக்கூட்டின் வாசலில் உட்கார்ந்து கொண்டிருந்தான். அப்போது ஓர் எறும்பு அவனைக் கடந்து ஊர்ந்து சென்றது. யாரும் எதுவும் சொல்லித் தராமலேயே அந்த எறும்பைத் தன் அலகால் கொத்திவிட்டான். முழு எறும்பு, இப்போது இரண்டு துண்டங்களாகப் பிளந்து கிடந்தது. இறந்த எறும்பின் பக்கம் தன் அலகைக் கொண்டுவந்து,

தான் செய்த காரியத்தை ஆராய்ந்தான். தன் இனத்துக்கு நட்பான ஓர் அப்பாவி வழிப்போக்கனைக் கொன்றுவிட்டான். அந்தக் கட்டெறும்பை அவன் விதையென்று நினைத்துத்தான் அப்படிச் செய்துவிட்டான் என்பதில் சந்தேகமே இல்லை. அதற்காக அவன் வருந்தியிருப்பான் என்று நம்புவோம். என்னவானாலும், அதன் பிறகு வாழ்நாள் முழுக்க அவன் வேறொரு எறும்பைக் கொல்லவில்லை.

ஐந்து வாரங்களில், தான் பிறந்த கூட்டிலிருந்து குதித்து வெளியே வந்து அதன் முன்னால் வைத்திருக்கும் தண்ணீர்ப் பாத்திரத்திலிருந்து அவனால் நீர் குடிக்க முடிந்தது. தானாகவே உணவைச் சேகரிக்க அவன் முயற்சி செய்தாலும், இப்போதும் அவனுடைய பெற்றோரே அவனுக்கு உணவளித்தனர்.

என்னுடைய மணிக்கட்டில் உட்கார்ந்து கொண்டு, என் உள்ளங்கையில் இருந்து ஒவ்வொரு விதையாக எடுத்துக் கொள்வான். ஒரு வித்தைக்காரன் காற்றில் பந்துகளை வீசிப் பிடித்து விளையாடுவதுபோல, அதை இரண்டு மூன்று முறை தொண்டைக்குள் தூக்கிப்போட்டு விழுங்குவான். ஒவ்வொரு முறை அப்படிச் செய்யும்போதும் வண்ணக்கழுத்துப் புறா, தன் தலையைத் திருப்பி என்னைப் பார்த்து, 'நான் சரியா செய்யறேன் இல்ல? அப்பாவும் அம்மாவும் வெயிலில் அலைந்து திரிந்து வந்த பின்னாடி நான் எவ்வளவு புத்திசாலின்னு அவங்ககிட்ட சொல்லணும்' என்று சொல்வதைப் போல் பார்த்தான். என்னுடைய புறாக்களிலேயே தன் ஆற்றல்களை மிக மிக மெதுவாக உருவாக்கிக் கொண்டவன் இவன்தான்.

இந்த நேரத்தில்தான் நான் ஒன்றைக் கண்டுபிடித்தேன். அதற்கு முன்புவரை, புறாக்களால் புழுதிப் புயல்களில் சிக்கிக் கொண்டாலும் பார்வை இழக்காமல் எப்படிப் பறக்க முடிகிறது என்பது எனக்குத் தெரியாது. ஆனால், வளர்ந்து வரும் வண்ணக் கழுத்துப் புறாவை ஒருநாள் பார்த்தபோது, அவன் கண்கள்மேல் ஒரு திரை இருந்ததைக் கவனித்தேன். அவனுடைய பார்வைத் திறன் பறிபோகிறதோ என்று பயந்தேன். பதற்றத்தில், இன்னும் அருகில் கொண்டு வந்து பார்ப்பதற்காக என் கையை நீட்டினேன். நான் கையை நீட்டியது தான் தாமதம், பொன்னிற கண்களைத் திறந்து கொண்டு கூட்டின் உட்புறம் போய்விட்டான்.

அவனை அப்படியே பிடித்து, கூரைக்குக் கொண்டுபோய், சுட்டெரிக்கும் மே மாத வெயிலில் அவன் கண்களை ஆராய்ந்தேன்.

அவனுடைய இமைகளோடு டிஷ்யூ பேப்பர்போல மெல்லிய திரை இணைந்திருந்தது. ஒவ்வொரு முறை சூரியனைப் பார்த்து அவன் முகத்தைக் காட்டியபோதும், தன் விழியின் பொன்னிறப் பாவைகளின் மேல் இந்தத் திரைகளைப் போட்டுக் கொண்டான். அது புழுதிப்புயல்களிலும் சூரியனை நோக்கிப் பறக்கும்போதும் பறவைகளின் கண்களைப் பாதுகாக்கும் திரை என்று அறிந்து கொண்டேன்.

அடுத்த பதினைந்து நாட்களில், எப்படிப் பறப்பது என்று வண்ணக்கழுத்துப் புறாவுக்குக் கற்றுக் கொடுக்கப்பட்டது. அவன் பிறவியால் பறவையானாலும் அது அத்தனை எளிதாக இல்லை. ஒரு குழந்தைக்கு நீந்தப் பிடிக்கலாம்; ஆனாலும் நீச்சல் கலையைக் கற்றுக்கொள்ளும்போது அவன் தவறுகளைச் செய்ய வேண்டியிருக்கும், தண்ணீரைக் குடிக்க வேண்டியிருக்கும். அதே மாதிரிதான் என் புறாவும். தன்னுடைய இறக்கையை விரிப்பதில் அவனுக்குக் கொஞ்சம் அவநம்பிக்கை இருந்தது. எங்கள் வீட்டு மொட்டை மாடியில் மணிக்கணக்கில் உட்கார்ந்து கொண்டிருப்பான். காற்று அவனைப் பறக்க நிர்பந்திக்காமல் இதமாக வீசிக்கொண்டிருக்கும்.

நீங்கள் முழுமையாகப் புரிந்துகொள்ள உதவியாக, எங்கள் மொட்டை மாடியைத் தெளிவாக விவரிக்கிறேன். மாடியைச் சுற்றி, பதிநான்கு வயது பையனுடைய உயரத்தில் கான்க்ரீட் சுவர் கட்டப்பட்டிருக்கும். எங்களில் பெரும்பாலானவர்கள் வெயிற் கால இரவுகளில் மொட்டை மாடியில்தான் படுத்துக்கொள்வோம். தூக்கத்தில் நடப்பவர்களும்கூட நான்காம் மாடியிலிருந்து கீழே விழுந்துவிடாமல் அந்தச் சுவர்தான் தடுத்தது.

அந்தச் சுவரில் ஒவ்வொரு நாளும் வண்ணக்கழுத்துப் புறாவை ஏற்றிவிடுவேன். அதன் மேல், காற்றின் திசையைப் பார்த்தபடி, மணிக்கணக்கில் உட்கார்ந்து கொண்டிருப்பான். அதைத் தவிர ஒன்றும் நடக்காது.

ஒருநாள் மாடித் தரையில் சில நிலக்கடலைகளைப் போட்டு அவனைக் குதித்து வந்து எடுக்கச் சொன்னேன். கேள்வி கேட்கும் பாவனையில் விரிந்த கண்களுடன் சில நொடிகள் என்னைப் பார்த்தான். தலையைத் திருப்பி, கீழே நிலக்கடலைகளைப் பார்த்தான். இப்படியே சில தடவைகள் செய்துகொண்டிருந்தான். கடைசியில், நான் சுவையான அந்தக் கடலைகளை அவனுக்கு எடுத்துக் கொடுக்கப் போவதில்லை என்பதைப் புரிந்து

கொண்டவன், திரும்பத் திரும்பத் தன் கழுத்தை, மூன்றடிக்குக் கீழே இருக்கும் நிலக்கடலையை நோக்கி நீட்டிக்கொண்டு, மேலும் கீழும் அந்தச் சுவரில் நடக்கத் துவங்கினான். பார்ப்பவர்களின் இதயத்தைப் பிளக்கும் பதினைந்து நிமிடத் தயக்கத்துக்குப் பிறகு, கீழே குதித்தான். அவன் தரையைத் தொடும் நேரத்தில், தடுமாறி விழுந்து விடாமல் சுதாரித்துக்கொள்வதற்கு உதவியாக, இதுவரை மூடியே இருந்த அவனது இறக்கைகள் திடீரென்று முழுமையாகத் திறந்துகொள்ள, அவன் கடலைகள் மீது இறங்கினான். வெற்றி!

இதே சமயத்தில் அவன் இறகுகளின் நிறம் மாறியிருப்பதைக் கவனித்தேன். வழக்கமான சாதாரண சாம்பல் நீலமாக இல்லாமல், மினுங்கும் ஆக்வாமெரின் அவன் உடல் முழுதும் ஒளிர்ந்தது. அதன்பின் திடீரென்று ஒரு நாள் காலையில், சூரிய ஒளியில் அவனுடைய கழுத்து பல வண்ண மணிகள்போல ஒளிர்ந்தது.

இப்போது முக்கிய கேள்வியான பறத்தல் வருகிறது. அவனுடைய பெற்றோர் பாலபாடத்தைத் தொடங்கக் காத்திருந்தேன். இருந்தாலும், எனக்குத் தெரிந்த ஒரே வழியில் நானும் உதவினேன். ஒவ்வொரு நாளும் அவனை என் மணிக்கட்டில் அமர்த்திக்கொண்டு, பலமுறை என் கையை மேலும் கீழும் வீசுவேன். அப்படி ஆட்டும்போது, அதைச் சமாளிக்க அவன் இறக்கைகளைத் திறந்து மூட வேண்டியிருந்தது. அவனுக்கு அது நல்லது; ஆனால் அத்தோடு என் பயிற்சிப் பணி முடிந்துவிட்டது.

நான் ஏன் இப்படி அவசரப்படுத்துகிறேன் என்று நீங்கள் கேட்கலாம். ஏற்கெனவே அவன் பறத்தலில் பின்தங்கியிருக்கிறான். மேலும் ஜூன் மாதத்தில் இந்தியாவில் மழை பெய்யத் துவங்கிவிடும். மழைக் காலம் நெருங்கிக் கொண்டிருக்கையில் தொலைதூரம் பறப்பது சாத்தியமில்லை. எவ்வளவு சீக்கிரம் முடியுமோ அவ்வளவு சீக்கிரம் திசைகளை அறியவும் அவனுக்குப் பயிற்சியளிக்க விரும்பினேன்.

எப்படியிருந்தாலும், மே மாத இறுதியில் ஒரு நீண்ட நாளில் அவனுடைய அப்பா அந்த வேலையை எடுத்துக்கொண்டார். குறிப்பிட்ட அந்நாளில் நகரைக் குளிரச் செய்துகொண்டிருந்த வாடைக் காற்று, நின்றுவிட்டிருந்தது. வானம் தூய்மையான நீலக்கல்போல இருந்தது. வான்வெளி மிகத் தெளிவாக இருந்தது. நகரின் வீட்டுக் கூரைகளும் அதற்கப்பால் தொலைதூர கிராமங்களின் வயல்களும் கொடிவீடுகளும் தெளிவாகத் தெரிந்தன.

மதியம் மூன்று மணி போல் இருக்கும்போது, வீட்டுக் கூரையின் கான்கரீட் சுவரின்மேல் வண்ணக்கழுத்துப் புறா சூரிய ஒளியில் உட்கார்ந்திருந்தான். பறந்து கொண்டிருந்த அவனுடைய அப்பா, கீழிறங்கி அவன் பக்கத்தில் உட்கார்ந்தார். தன் பையனை விசித்திரமாகப் பார்த்தார். 'அடேய்! சோம்பேறி, நீ பிறந்து மூணு மாசமாச்சு. இன்னமும் பறக்கத் தைரியமில்ல. நீயென்ன புறாவா மண்புழுவா?' என்பது போல் இருந்தது அவர் பார்வை.

ஆனால், சத்திய ஆத்மாவான வண்ணக்கழுத்துப் புறா பதிலேதும் சொல்லவில்லை. ஆத்திரமடைந்த அவன் அப்பா, புறாக்களின் மொழியில் அவனைப் பார்த்து முணுமுணுத்தார், திட்டினார். அந்த வார்த்தைகளிலிருந்து தப்பிக்க வண்ணக்கழுத்துப் புறா நகர்ந்தான். ஆனால், அவன் அப்பா விடாமல் தொடர்ந்து வந்து, முணுமுணுத்து, திட்டித் தன் இறக்கைகளால் அவனை வேகமாக அடித்தார். வண்ணக்கழுத்துப் புறா, தொடர்ந்து தன் அப்பாவிடமிருந்து விலகி ஓடினான். ஆனால், பெரியவரோ பின்வாங்காமல் தன் திட்டுகளை இரட்டிப்பாக்கினார். அவனைத் தள்ளித் தள்ளிக் கடைசியில் விளிம்புக்கே கொண்டு வந்துவிட்டார்.

கூரையிலிருந்து குதிப்பதைத் தவிர அவனுக்கு வேறு வழியில்லை. திடீரென்று அவன் அப்பா, அவருடைய வயதான உடம்பைக் கொண்டு அவனுடைய இளம் உடம்பை இடித்தார். வண்ணக்கழுத்துப் புறாஇடறி விழுந்தான். அரையடி கீழே வந்திருப்பான், உடனே தன் இறக்கைகளைத் திறந்து பறந்துவிட்டான்.

கவலைப்பட்டோருக்கெல்லாம் எத்தனை களிப்பு! கீழே தண்ணீரில் முங்கி, மதியக் குளியல் போட்டுக் கொண்டிருந்த அவனுடைய அம்மா, படிவழியாக மேலே வந்து, தன் மகனுக்குத் துணையாகப் பறந்தார். மறுபடி கீழே உட்காருவதற்கு முன் குறைந்தபட்சம் பத்து நிமிடங்களாவது அவர்கள் கூரையின்மேல் வட்டமடித்திருப்பார்கள். அவர்கள் கூரையை அடைந்தபோது அவனுடைய அம்மா வழக்கம் போல, இறக்கைகளை மடித்து நிதானமாக உட்கார்ந்தாள். பையன் அப்படியில்லை.

ஆழமான குளிர்ந்த நீரில் நடக்கும் சிறுவனைப் போல், அவன் பயந்துபோய் இருந்தான். மொத்த உடம்பும் குலுங்கியது. பயத்தில் கால் பாவாமல் கூரையில் தத்திக்கொண்டு இறங்கினான், வேகமாக வழுக்கிச் சென்ற அதே நேரத்தில் தன்னைச் சமநிலைக்குக் கொண்டு வர இறக்கைகளைப் படபடவென அடித்துக்கொண்டான். சுவரில் நெஞ்சு முட்டி நின்றான். நாம் மின் விசிறியை நிறுத்துவது போல்,

தன் இறக்கைகளை வேகமாக மடக்கிக் கொண்டான். உற்சாகத்தில் அவனுக்கு மூச்சு வாங்கியது.

ஏதோ இப்போதுதான் பிறந்த பிள்ளைபோல அவனைத் தடவி, தன் நெஞ்சை அவன் நெஞ்சோடு பொருத்தி, அம்மா அவனை அணைத்துக்கொண்டாள். தன்னுடைய வேலை கச்சிதமாக முடிந்ததைப் பார்த்த அப்பா, குளியல் எடுத்துக்கொள்ளக் கீழே சென்றார்.

3

திசை அறிதல்

கடலாழத்தில் நீந்தப் புதிதாகப் பயிற்சி பெற்றவன்போல, காற்றில் இறங்குவது குறித்து வண்ணக்கழுத்துப் பறவைக்கு இருந்த பயம் போய்விட்டது. அவன் நீண்ட நேரமும் அதிக உயரத்திலும் பறக்கத் துவங்கினான். ஒரே வாரத்தில் விடாமல் அரைமணிநேரம் அவனால் பறக்க முடிந்தது. வீட்டுக் கூரைக்குத் திரும்பும்போது, அவன் தன் அப்பா அம்மாவைப்போலவே அழகாகத் தரையிறங்கினான். கால் கூரையில் பதியும்போது, தன்னைச் சமநிலைக்குக் கொண்டு வர, படபடவென்று இறக்கைகளைப் பீதியில் அடித்துக்கொள்வது அதற்குப் பிறகு இல்லை.

தொடக்கத்தில் அவனோடு கூடவே பறந்த அப்பாவும் அம்மாவும், இப்போது அவனை விட்டுவிட்டு அவனைவிட அதிக உயரத்தில் பறக்கத் தொடங்கினார்கள். பையன், தன் பெற்றோர்கள் பறக்கும் உயரத்துக்கு எப்போதும் முயற்சி செய்து கொண்டிருந்தான் என்பதால், அவனை இன்னும் மேலே பறக்க வைக்கத்தான் அவர்கள் அப்படிச் செய்கிறார்கள் என்று சில காலம் நினைத்துக் கொண்டிருந்தேன். குட்டிப் பயலுக்கு அவர்கள் அருமையான முன்னுதாரணமாக இருக்க நினைக்கிறார்களாக இருக்கும். ஆனால் கடைசியில் ஜுன் மாதத் தொடக்கத்தில் ஒருநாள், ஒரு கெட்ட சம்பவத்துக்குப் பிறகு என் எண்ணம் மாறியது.

வண்ணக்கழுத்துப் புறா உயரத்தில் பறந்து கொண்டிருந்தான். கீழிருந்து பார்க்கத் தன் உருவத்தில் பாதி அளவுதான் இருந்தான். அவனுக்கு மேல் உயரத்தில் அவன் பெற்றோர், ஒரு மனிதனின் கைப்பிடியளவுபோலச் சின்னதாக இருந்தார்கள். ராட்டினத்தைப் போலே சீராக அவனுக்கு மேல் வட்டமடித்துக் கொண்டிருந்தார்கள். அது காண்பதற்கு அர்த்தமற்றதாகவும் சலிப்பூட்டுவதாகவும் இருந்தது. ரொம்ப நேரம் மேலே பார்த்துக் கொண்டிருக்க முடியாமல், என் பார்வையை அவர்களிடமிருந்து விலக்கினேன். அடிவானத்தை நோக்கி என் பார்வையைத் தாழ்த்தியபோது, விரைந்து நகரும் ஒரு கரும்புள்ளி கண்ணில் பட்டது. ஒவ்வொரு நொடியும் அது பெரிதாகிக் கொண்டேயிருந்தது. நேர்க்கோட்டில், அத்தனை வேகத்தில் வருவது என்ன பறவையாக இருக்கும் என்று யோசித்தேன். ஏனெனில், இந்தியாவில் பறவைகளையே தூர்யக் அல்லது 'வளைவு-போடுகிறவன்' என்றுதான் சமஸ்கிருதத்தில் சொல்வார்கள்.

ஆனால், இது அம்புபோலே நேரே வந்தது. அடுத்த இரண்டு நிமிடங்களில் என் சந்தேகம் மறைந்தது. குட்டிப்பயல் வண்ணக்கழுத்துப் புறாவை நோக்கி ஒரு பருந்து வந்து கொண்டிருந்தது. அப்போது மேலே பார்க்கும்போது ஓர் அற்புதமான காட்சியைக் கண்டேன். வண்ணக்கழுத்துப் புறாவின் உயரத்தை அடைய, அவன் அப்பா பல்டியடித்துக் கொண்டே கீழே விரைந்தார். அதற்காகவே, அவனுடைய அம்மாவும் வேகமாக வட்டமடித்துக் கொண்டே கீழே இறங்கினார். கொலைகாரப் பருந்து அப்பாவி குட்டிப் பயலுக்கு முப்பது அடி அருகில் வருவதற்குள், இரண்டு பக்கமும் அப்பாவும் அம்மாவும் பாதுகாப்பாக வந்து விட்டார்கள். இப்போது மூவரும் தங்கள் எதிரியின் பாதைக்குக் கீழ் திசையில் செங்குத்தாகப் பறந்தார்கள். அதற்கெல்லாம் அசராமல், பருந்து தாக்கிற்று. அப்போது ஒரே நேரத்தில் மூன்று புறாக்களும் தாழக் கீழிறங்க, பருந்து ஏமாந்து விட்டது. தாக்க வந்த பயங்கர வேகத்தில், புறாக்களை விட்டுத் தொலை தூரம் போய்விட்டது. புறாக்கள் தொடர்ந்து காற்றில் வட்டமிட்டுக் கொண்டே வேக வேகமாகக் கீழே இறங்கின. அடுத்த அரை நிமிடத்தில், எங்கள் கூரைக்குப் பாதி தூரத்தில் வந்துவிட்டன.

இப்போது பருந்து தன் மனத்தை மாற்றிக் கொண்டது. வானத்தில் இன்னும் மேலே மேலே பறந்தது. உண்மையில், இறக்கைகளின் சிறகுகள் காற்றில் எழுப்பும் ஓசையைப் புறாக்கள் கேட்கமுடியாத

உயரத்துக்குச் சென்றுவிட்டது. அது அவர்களுக்கு மேலே பறப்பதால், அவர்களால் தங்கள் எதிரியைப் பார்க்கவும் முடியவில்லை. எனவே, பாதுகாப்பாக இருப்பதாக நினைத்து, நிம்மதியானார்கள். முன்பு போல் வேகமாகப் பறக்கவில்லை என்பது தெளிவாகத் தெரிந்தது. அப்போது அவர்களுக்கு மேலே பார்த்தேன். உயரே, பருந்து தன் இறக்கைகளை மடித்துக்கொண்டு, கீழே பாயத் தயாராக இருந்தது. சடாரென்று, ஒரே நொடியில் அவர்கள் மீது ஒரு கல்லைப் போல் விழுந்தது. பதறிப்போய், அவர்களை எச்சரிக்க என் வாயில் விரல்களைவிட்டு, கீச்சென்று சீட்டியடித்தேன். ஈட்டிபோலப் புறாக்கள் கீழ்நோக்கிப் பாய்ந்தன. பருந்தும் விடாமல் தொடர்ந்தது. ஒவ்வொரு நொடியிலும் ஒவ்வொரு அங்குலமாக அவர்களை நெருங்கியது. வேக வேகமாக இறங்கியது.

இப்போது பருந்துக்கும் அதன் இரைக்கும் நடுவே இருபது அடிகூட இடைவெளி இல்லை. அது வண்ணக்கழுத்துப் புறாவைத் தான் குறிவைத்து வருகிறது என்பதில் சந்தேகமே இல்லை. அதன் கொடூரமான நகங்களை என்னால் பார்க்க முடிந்தது. அந்த வேதனையில் 'இந்த முட்டாள் புறாக்கள், அதுங்களக் காப்பாதிக்க எதுவும் செய்யாதா?' என்று தோன்றியது. இப்போது, அவனுக்கு ரொம்ப நெருக்கமாக வந்துவிட்டது- இப்போதுதான் இவர்கள் பதற்றப்படாமல் இருக்க வேண்டும். மூவரும் திடீரென்று மேல் நோக்கி உயர்ந்து நீண்ட வட்டமிட்டனர். பருந்தும் அவர்களைத் தொடர்ந்தது. பிறகு, அவர்கள் இன்னும் பெரிதான நீள்வட்டப் பாதையில் பறந்தார்கள். ஒரு பறவை வட்டமிட்டுப் பறக்கும் போது, ஒன்று வட்டத்தின் மையத்துக்கு வரும், அல்லது அதிலிருந்து விலகிவிடும். புறாக்களின் எண்ணத்தை அறியாத பருந்து, வட்டத்தின் மையத்தை நோக்கிச் சென்று, அவர்களுடையதை விடச் சிறியதாக ஒரு வட்டமடித்தது. அது தன் வட்டப்பாதையில் திரும்பியதும் மூன்று புறாக்களும் இன்னுமொரு பல்டி அடித்து எங்கள் கூரையைத் தொடும் அளவுக்கு இறங்கிவிட்டன.

ஆனால், அந்தக் கொடூரன் இதனால் பின்வாங்கவில்லை. கருப்பு மின்னலின் நாக்கு போல் அதுவும் தொடர்ந்தது. அதன் இரை, வளைந்து பல்டி போட்டுக் கூரைக்கு வந்துவிட்டார்கள். அங்கே என்னுடைய விரிந்த கைகளுக்கு கீழே பத்திரமாக இருந்தார்கள். அந்த நொடியில், காற்றே அலறுவது போன்ற ஒரு சத்தத்தைக் கேட்டேன். என் தலைக்கு ஒரு அடிக்கு மேலே, மஞ்சள் நெருப்பு கண்களில் தெறிக்க, நகங்கள் சர்ப்பங்களின் நாக்கு போல் நடுங்க,

பருந்து பறந்து சென்றது. அது என்னைக் கடந்தபோது, காற்றைக் கிழித்துக்கொண்டு அதன் சிறகுகள் பறந்து செல்வதை என்னால் கேட்க முடிந்தது.

இவ்வாறாக என் பறவைகள் தப்பித்தோம் பிழைத்தோம் என்று போன உயிரை மீட்டுக் கொண்ட பிறகு, ஒரு நாள் வண்ணக்கழுத்துப் புறாவுக்குத் திசை உணர்வைக் கற்றுக்கொடுக்கத் துவங்கினேன். அன்று மூன்று பறவைகளையும் ஒரு கூண்டில்வைத்து, எங்கள் நகருக்குக் கிழக்குப் பக்கம் கொண்டு சென்றேன். சரியாகக் காலை ஒன்பது மணிக்கு அவர்களைத் திறந்துவிட்டேன். பத்திரமாக வீடு திரும்பிவிட்டார்கள். அடுத்த நாள், மேற்குப் பக்கம் அதே அளவு தூரம் கொண்டு சென்றேன். ஒரு வாரத்துக்குள், குறைந்தது பதினைந்து மைல்கள் தொலைவில் எந்தத் திசையிலிருந்தும் வீட்டுக்குத் திரும்பி வரும் வழி தெரிந்துவிட்டது.

இந்த உலகில் எதுவும் பிரச்னையில்லாமல் முடிவதில்லை. வண்ணக்கழுத்துப் புறாவின் பயிற்சியும் அப்படியொரு தடங்கலைச் சந்தித்தது. அவனையும் அவன் பெற்றோரையும் கங்கை நதியில் ஒரு படகில் கொண்டு போனேன். நாங்கள் கிளம்பும் போது, காலை ஆறு மணி இருக்கும். வானத்தில் மேகங்கள் அங்கொன்றும் இங்கொன்றுமாகச் சிதறிக் கிடந்தன. தென்றல் மிதமாக வீசிக் கொண்டிருந்தது. எங்கள் படகில், வெண்பனிபோல அரிசி குவிக்கப்பட்டு, அதன் மேல் செம்மையும் பொன்னுமாக மாம்பழங்கள் குவிக்கப்பட்டிருந்த காட்சி. உதய அஸ்தமன காலத்தில் ஜொலிக்கும் பனி மலைச் சிகரம்போல இருந்தது.

சிறுவனாக இருந்தாலும், எனக்கும் ஜூன் மாதப் பருவ மழையின் சேட்டைகள் கொஞ்சம் தெரியும். அருமையான இந்த வானிலை, திடீரென்று மோசமான புயலாக மாறக்கூடுமென்று நான் ஊகித்திருக்க வேண்டும்.

நாங்கள் இருபது மைல்தான் பயணித்திருப்போம், பருவத்தின் முதல் மழை மேகங்கள் வானின் குறுக்கே விரைந்தன. வேகமாக வீசிய காற்றில் எங்கள் படகின் பாய்மரத் துணியில் ஒன்று கிழிந்து விட்டது. வீணடிக்க நேரம் இல்லாததை உணர்ந்து, கூண்டிலிருந்து மூன்று புறாக்களையும் திறந்துவிட்டேன். காற்றை எதிர்கொண்டதும், அவர்கள் வளைந்து, தண்ணீரில் மூழ்கிவிடும் அளவுக்குத் தாழ்வாகப் பறந்தனர். இப்படியே நதியின் மட்டத்துக்கு நெருக்கமாக ஒரு கால் மணிநேரம் பறந்தார்கள். பலமான காற்றை எதிர்த்து அவர்களால் மிகக் கொஞ்சமாகவே முன்னேறிச் செல்ல

முடிந்தது. ஆனாலும் அவர்கள் தொடர்ந்து பறந்தார்கள். அடுத்த பத்து நிமிடங்கள், அவர்கள் வளைந்து நெளிந்து நிலத்தை அடைந்தார்கள். எங்களுக்கு இடப்பக்கம் இருக்கும் கிராமங்களை அவர்கள் நெருங்கும்போது, வானம் இருண்டு, முகிற்பேழை உடைந்து அடைமழை கொட்டியது. மைபோல் இருண்ட தண்ணீர் அடுக்குகளைத் தவிர வேறு எதுவும் தெரியவில்லை. அதனூடே குறுக்கும் நெடுக்கும் மின்னல் வெட்டி, ருத்ர தாண்டவம் ஆடியது. என் புறாக்கள் திரும்ப வரும் என்ற நம்பிக்கையே இல்லை. கிட்டத்தட்ட எங்கள் கப்பலும் உடைந்துவிட்டது. நல்ல வேளையாக, ஒரு கிராமத்துக் கரையில் தரை தட்டி நின்றது.

அடுத்த நாள் நான் ரயிலில் வீடு வந்து சேர்ந்தபோது, மூன்றுக்குப் பதில், நனைந்த புறாக்கள் இரண்டு மட்டுமே இருந்தன. வண்ணக்கழுத்துப் புறாவின் அப்பா, புயலோடு போய்விட்டார். இதெல்லாம் என்னுடைய தவறுதான் என்பதில் சந்தேகமில்லை. அதைத் தொடர்ந்த நாட்களில், எங்கள் வீடே துக்கத்தில் ஆழ்ந்திருந்தது. மழை கொஞ்சம் வெறித்தாலும், நானும் இரண்டு புறாக்களும் மொட்டை மாடிக்குச் சென்று, அப்பா புறா எங்காவது தென்படுகிறாரா என்று வானத்தைப் பார்ப்போம். ஆனால், அவர் திரும்பி வரவே இல்லை.

4

இமாலயம்

சமவெளியில் மழையும் வெப்பமும் அதிகரித்தது. எனவே, பெரியவர்கள் எங்களை இமாலயத்துக்கு அழைத்துச் செல்ல முடிவு செய்தனர். இந்திய வரைபடத்தை எடுத்துக்கொண்டால், அதன் வடகிழக்கு மூலையில் டார்ஜிலிங் நகரைப் பார்க்கலாம். உலகின் உயரமான சிகரமான எவரெஸ்ட்டைப் பார்த்தபடி அதற்கு எதிரில் நேருக்கு நேர் நின்று கொண்டிருக்கும் நகரம் அது.

டார்ஜிலிங்கிலிருந்து, கேரவானில் பல நாட்கள் மெதுவாகப் பயணம் செய்து, எங்கள் குடும்பமும் நானும் என் இரண்டு புறாக்களும் டெண்டாம் என்ற சிறிய கிராமத்தை அடைந்தோம். அது கடல்மட்டத்திலிருந்து பத்தாயிரம் அடி உயரத்தில் இருக்கிறது. அப்படியொரு உயரத்தில், அமெரிக்காவின் எந்தவொரு மலையிலோ ஆல்ப்ஸிலோ கொஞ்சமாவது பனி படர்ந்திருக்கும். ஆனால், வெப்பமண்டலத்தில் இருக்கும் இந்தியாவிலோ, பூமத்திய ரேகையிலிருந்து சுமார் முப்பது பாகை கோணங்களில் இருக்கும் இமாலயத்திலோ, பத்தாயிரம் அடிக்குக் கீழே பனி உருவாவதில்லை. மிருகங்கள் நிறைந்த மலையடிவாரக் காடுகள், செப்டம்பர் மாதத்துக்குப் பிறகு குளிரத் துவங்கியவுடன், அதன் விலங்குகள் எல்லாம் தெற்குப் பகுதிக்கு இடம்பெயர்ந்துவிடும்.

எங்கள் இடத்தை, உங்களுக்குக் கொஞ்சம் விவரிக்கிறேன். தேயிலை வளரும் பள்ளத்தாக்குகளைப் பார்த்தவாறு, கல்லும்

மண்ணும் கொண்டு கட்டப்பட்ட எங்கள் வீடு இருந்தது. அதைத் தாண்டி, கரடுமுரடான ஆனால் கம்பீரமான, வரிசைத் தொடர்களாக இருக்கும் முகடுகளுக்கு இடையே, பள்ளத்தாக்குகளில் நெற்பயிரும், சோளமும் பழத்தோட்டங்களும் தெரியும். தூரத்தில் இருண்ட பசுமரக்காடுகள் போர்த்த செங்குத்துச் சிகரங்களுக்கு அப்பால், கஞ்சன்சங்கா, மகாலு, எவரஸ்ட் போன்ற தூய வெண்ணிற மலைத்தொடர்கள் ஆயிரக்கணக்கான அடிகள் உயர்ந்து நிற்கும். விடியலின் முதற் கதிரொளியில் அவை தூய வெள்ளையாகத் தோன்றும். சூரியன் மேலே போகப் போக, அதிகரிக்கும் வெளிச்சத்தில், ஒவ்வொரு சிகரமாகத் தன்னை வெளிப்படுத்திக் கொள்ளும். அடிவானத்தில், அதிகத் தொலைவில் அல்ல, வானத்தின் மத்தியைக் கிழித்துக் கொண்டு உயரும் சூரியனிலிருந்து சிந்தும் ஒளியில் ஆசீர்வதிக்கப்பட்ட ரத்தம்போல இளஞ்சிவப்பு நிறத்தில் இச்சிகரங்கள் பிரகாசிக்கும்.

மீதி நாள் முழுக்க மேகங்களால் சூழப்பட்டிருப்பதால், அதிகாலையில் மட்டுமே ஒருவரால் இமாலயத்தைத் துல்லியமாகக் காண முடியும். தெய்வ பக்தி மிகுந்தவர்களான இந்துக்கள், அழகான மலைகளை நோக்கி இறைவனைத் தொழுவதற்காக, வெகு சீக்கிரமாகவே எழுந்துவிடுவார்கள். மனிதன் அறியாத, அவனுடைய கால்பதியாத சிகரங்களைக் கொண்ட மலைகளை விடவும் பிரார்த்தனை செய்வதற்கு உகந்ததாக வேறு ஏதேனும் இருக்கமுடியுமா? அவற்றின் குன்றாத புனிதம் விலைமதிப் பில்லாதது. அதுவே அவற்றை என்றென்றைக்கும் தெய்வாம் சத்தின் சின்னமாக வைத்திருக்கிறது. எவரஸ்டைப் போன்ற உயரங்கள், மெய்யிலே உயர்ந்த தெய்வத்தின் அடையாளங்கள். அவை கடவுளின் மர்மமும்கூட. நான் சொன்னதுபோல, காலையைத் தவிர நாள் முழுதும் மேகங்களால் மறைக்கப் பட்டிருப்பவை அவை. இந்தியாவுக்கு வரும் வெளிநாட்டினர் நாள் முழுக்க இந்த மலைகளைப் பார்க்க வேண்டுமென்று நினைக்கிறார்கள். ஆனால், காலையில் எவரஸ்டின் அதிகாலைப் பேரெழிலையும் பிரமிக்க வைக்கும் மகோன்னதத்தையும் பார்த்த எவரும் 'நாள் முழுக்கப் பார்த்துக் கொண்டிருப்பதற்கு முடியாத உன்னதக் காட்சி இது. தொடர்ந்து தன் கண் முன் இது இருப்பதை யாரும் தாங்கிக்கொள்ள முடியாது' என்றுதான் சொல்வார்கள்.

ஜூலை, மழை மாதம் என்பதால் ஒவ்வொரு நாளும் எவரஸ்டின் அற்புதமான காலை நேர அழகு காணக்கிடைக்கும் என்று உறுதியாகச் சொல்லமுடியாது. அனைத்து மலைத்தொடர்களும்

பனிப்புயலின் கோரப்பிடியில் சிக்கிக் கிடக்கும். விசையோடு விரையும் பனிப்புயல்களுக்கு அப்பால், எப்போதாவது இறுகிய பனிக்கட்டியும் வெள்ளைத் தீயும்போலச் சிகரங்கள் தோன்றும். சூரிய ஒளியில் அவை தகதகக்கும். அதே நேரத்தில் அவற்றின் காலடியில், தங்கள் கடவுள்கள் முன்பு பித்து ஏறிச் சுற்றிச் சுற்றி ஆடி விழும் பக்தர்கள்போலப் பனி மேகங்கள் சுழன்றாடி வீழும்.

வேனிற்காலத்தில், எனது நண்பன் ரட்ஜாவும் காட்டுக்கதைகள் பல எங்களுக்குப் பயிற்றுவித்த ஆசான், கோண்ட் இனப் பெரியவரும் எங்கள் வீட்டுக்கு வந்தார்கள். ரட்ஜாவுக்குப் பதினாறு வயது. அதற்குள் அவன் ஒரு பிராமண பூசாரி ஆகிவிட்டிருந்தான். கோண்ட்டை, எப்போதுமே பெரியவர் என்று அழைப்போம். ஆனால், அவருக்கு என்ன வயதென்று யாருக்கும் தெரியாது. காட்டின் ரகசியங்களையும் விலங்குகளின் வாழ்க்கையைப்பற்றியும் கற்றுக்கொள்ள, வேடர்களிலேயே சிறந்தவரான கோண்டிடம் நானும் ரட்ஜாவும் ஒப்படைக்கப்பட்டோம். அவற்றைப்பற்றி என் மற்ற புத்தகங்களில் சொல்லிவிட்டதால், இங்கே திரும்பச் சொல்ல வேண்டியதில்லை.

நாங்கள் டெண்டாமை அடைந்த உடனே, எனது புறாக்களுக்கு திசையறியும் பயிற்சி கொடுக்கத் தொடங்கினேன். வானம் தெளிவாக இருக்கும் நாட்களில், மதியம் முழுக்க ஐலெக்ஸ் மற்றும் பால்சம் காடுகள் வழியே உயரமான சிகரங்களை நோக்கி ஏறினோம். எங்கள் புறாக்களை ஏதாவது பௌத்த மடாலயத்தின் கூரையிலிருந்தோ, பெரிய மனிதர்களின் வீட்டிலிருந்தோ திறந்து விட்டோம். அந்தி சாயும் நேரத்தில் நாங்கள் வீடு திரும்பும்போது, நாள் தவறாது வண்ணக்கழுத்துப் புறாவும் அதன் அம்மாவும் எங்களுக்கு முன் வீட்டை அடைந்திருப்பதைக் கண்டோம்.

ஜூலை மாதம் மொத்தத்தில் அரை டஜன் நாட்கள்கூடவானம் தெளிவாக இருக்கவில்லை. அந்தக் குறைந்த நேரத்திலும், எல்லாம் அறிந்த கோண்ட் வழிநடத்த, ரட்ஜாவுடன் நாங்கள் நிறைய தூரம் பயணம் செய்தோம். அனைத்துவிதமான மலைவாழ் மக்களையும் சந்தித்து அவர்களோடு தங்கினோம். அவர்களைப் பார்க்கப் பெரும்பாலும் சீனர்களைப்போல இருந்தார்கள். அவர்கள் நடத்தையில் நளினமானவர்கள். விருந்தோம்பலில் பெருந்தன்மை யானவர்கள். எங்கள் புறாக்களையும் கூட்டிக் கொண்டுதான் போனோம். சில நேரம் கூண்டுகளிலும் பெரும்பாலும் எங்கள் மேற்துண்டுக்கு அடியிலும் அவை இருந்தன. அடிக்கடி நாங்கள்

மழையில் நனைந்த போதிலும், வண்ணக்கழுத்துப் புறாவும் அவன் அம்மாவும் கவனமாகக் காக்கப்பட்டனர்.

ஜூலை மாத இறுதியில், நாங்கள் மூவரும் இரண்டு புறாக்களும் ஒவ்வொரு பௌத்தமடாலயம், பெருந்தனக்காரரின் கோட்டைகளைக் கடந்து பயணம் செய்தோம். சிங்காலியாவைக் கடந்து போனோம். அங்கே, பலுட்டுக்கும் இதுவரை போயிராத இடத்துக்கும் செல்லும் வழியில் இடையே அழகிய ஒரு சின்ன மடாலயம் இருந்தது. கடைசியில், கழுகுகளின் இருப்பிடத்தை அடைந்தோம். எங்களைச் சுற்றிலும், ஃபிர் மரங்களும் வளர்ச்சி குன்றிய பைன் மரங்களும் அடர்ந்த சூழலில் உயர்ந்து எழும் பொட்டல் கிரானைட் குன்றுகளும் இருந்தன. எங்களுக்கு முன்னால் வடக்கே, கஞ்சன்சங்கா, எவரஸ்ட் சிகரங்கள். இங்கே, பள்ளத்தின் நுனியில் எங்கள் பறவைகளைத் திறந்துவிட்டோம். மகிழ்வூட்டும் அந்தக் காற்றில், அவை பள்ளிக்கூடம் முடிந்து ஓடிப்போகும் சிறுவர்களைப் போலப் பறந்து போயின. வண்ணக்கழுத்துப் புறாவின் அம்மா, பையனுக்கு இன்னும் மேலான உயரங்களைக் காட்ட, தொலைதூரம் மேலே பறந்தார்.

அவை பறந்து போன பின்பு, நாங்கள் மூவரும், உயரங்களில் பறக்கும் போது அந்தப் பறவைகள் எதை எதையெல்லாம் பார்க்கக்கூடும் என்று பேசிக்கொண்டோம். அவற்றுக்கு முன்னே, கஞ்சன்ஜங்காவின் இரண்டு சிகரங்களும் நின்றிருந்தன. எவரஸ்டை விட சற்றே சிறியதாக இருந்தாலும், எவரஸ்டைப்போலவே இதுவரை மனிதரின் கால்படாமல், களங்கமற்றுத் தவக்கோலம் பூண்டிருந்தன. இந்த உண்மை, எங்களில் ஆழமான உணர்வுகளை உண்டு பண்ணியது. கடவுளின் முகத்தின் முன் இருக்கும் கண்ணாடியைப் போன்ற இந்த மலையைச் சில நிமிடங்கள் நாங்கள் நோக்கினோம். 'ஏ! பவித்திரமான சிகரமே, குன்றாத அழகோடு என்றென்றைக்கும் நிற்கப் போகும் மலையே. உன்னை எந்த மனிதனும் களங்கப்படுத்தாமல் இருக்கட்டும். எந்த மனிதனின் மிகச் சிறு தொடுகையும்கூட உன் தூய்மையை மாசுபடுத்தாமல் இருக்கட்டும். என்றென்றும் தோல்வியறியாமல் இருப்பாயாக, நீயே இவ்வுலகின் முதுகெலும்பு, நித்தியத்தின் அளவுகோல்' என்று நான் எனக்குள் சொல்லிக் கொண்டேன்.

உங்களை இத்தனை உயரம் கூட்டிக்கொண்டு வந்தது, மலைகளைப் பற்றிச் சொல்வதற்காக இல்லை. அங்கே எங்களுக்கு நேர்ந்த சாகசத்தைச் சொல்லத்தான். வண்ணக்கழுத்துப் புறாவும் அவன் அம்மாவும் பறந்து போன பிறகு, நாங்கள் பக்கத்துக் குன்றிலிருக்கும் கழுகுக் கூட்டைத் தேடிப் போனோம். இமாலயக்

கழுகு, பழுப்பு நிறத்தில் பொன்னிற பளபளப்புடன், பார்ப்பதற்கு மிக அழகாக இருக்கும். அழகையும் பலத்தையும் சம அளவில் கொண்டவையாக இருந்தாலும், அவை ஒரு கொடூரப் பறவையினம்.

இந்தக் குறிப்பிட்ட மதிய வேளையில் முதலில் நாங்கள் எந்தக் கொடூரத்தையும் காணவில்லை. மாறாக மலைப்பொந்தில், புசுபுசுவென்ற இரண்டு வெண்ணிறக் கழுகுக் குஞ்சுகளைப் பார்த்தோம். பிஞ்சுக் குழந்தைகள் போன்ற வசீகரத்துடன் இருந்தன. தென்றல் அவற்றின் கண்களின் மீது வீசிக்கொண்டிருந்தது. ஆனால், அவை அதுபற்றி அலட்டிக்கொள்ளவில்லை. இயல்பாகவே, இமாலயக் கழுகுகள் காற்று வீசும் திசையைப் பார்த்தவாறு கூடுகளைக் கட்டுவதேன்? யாருக்கும் தெரியாது. தான் மிதந்து செல்லும் காற்றை எப்போதும் உணர விரும்புகிறதோ என்னவோ.

குஞ்சுகள் பிறந்து மூன்று வாரங்கள்போல இருக்கும். பஞ்சு போன்ற ரோமங்கள் உதிர்ந்து, நிஜ இறகுகள் வளரத் துவங்கியிருந்தன. அவற்றின் நகங்கள் வயதுக்கேற்ற கூர்மையுடன் இருந்தன. அலகுகளும் கூர்மையாகவும் உறுதியாகவும் இருந்தன.

ஒரு கழுகின் மலைப் பொந்து பெரிதாகவும் பரந்ததாகவும் இருக்கும். அதன் வாசல் விளிம்பு, அதாவது கழுகு தரையிறங்கும் இடம், ஆறு அல்லது ஏழு அடி அகலமாகவும் சுத்தமாகவும் இருந்தது. ஆனால் பொந்துக்கு உள்ளே, இருட்டாகவும் குறுகலாகவும் இருந்தது. குச்சிகளும் கிளைகளும், கழுகுக்குப் பலியான விலங்குகளில், குஞ்சுகள் கபளீகரம் செய்த இரைகளின் பாகங்கள் போக, எஞ்சிய ரோமங்களும் இறகுகளும் சிதறிக் கிடந்தன. பெரிய கழுகுகள், பெரும்பாலான ரோமங்களையும் எலும்புகளையும் இறைச்சியுடனேயே விழுங்கிவிடும்.

சுற்றிலும் வளர்ச்சி குன்றிய பைன் மரங்கள்தான் என்றாலும், முழுக்க முழுக்கப் பறவைக் கூச்சல்கள் தான். மேலும், ஃபிர் மரங்களில் ரீங்காரமிடும் ஏதேதோ பூச்சிகள். ஊதா நிற ஆர்கிட்களுக்கு மேலே படபடவென்று மினுங்கும் ஈக்கள், சில சமயம் நிலவின் அளவுக்குப் பெரிதாகப் பூக்கும் பெரிய பெரிய ரொடோடெண்டார்ன் பூக்கள். அவ்வப்போது, கத்திக்கொண்டிருக்கும் காட்டுப் பூனை. தன்னுடைய மதியத் தூக்கத்தில் உளறுமாக இருக்கும்.

திடீரென்று கோண்ட், ஓடிப்போய்ப் பக்கத்திலிருந்த புதரில் மறைந்துகொள்ளுமாறு சொன்னார். நாங்கள் புதரில் மறைந்து கொண்டதுதான் தாமதம், சுற்றியிருந்த சத்தங்கள் அனைத்தும்

அடங்கத் துவங்கின. அடுத்த அறுபது நொடிகளில், பூச்சிகள் தங்கள் ரீங்காரத்தை நிறுத்தின. பறவைகள் தங்கள் அழைப்புகளை நிறுத்தின. மரங்கள்கூடஏதோ எதிர்பார்ப்புடன் அசையாமல் நின்று விட்டன போல் தோன்றின. காற்றில், ஒரு மெல்லிய விசில் போன்ற சத்தம் உயர்ந்தது. சில நொடிகளில் அந்தச் சத்தம் குறைந்துவிட்டது. அதன் பிறகு கிறீச்சிடுவதைப் போன்றொரு சத்தம் கேட்டது. ஒரு பெரிய பறவை, கழுகின் மலைப்பொந்தில் இறங்கியது.

காற்று இன்னமும் அதன் இறக்கைகளில் சத்தமிட்டுக் கொண்டிருந்தது. அதன் அளவைப் பார்த்து, அது அந்தக் குஞ்சுகளின் அம்மாவாக இருக்கும் என்றார் கோண்ட். கழுகுக் குஞ்சுகள் தங்கள் பொந்துக்குள்ளே போகும்வரை, அது காற்றிலேயே நிலையாகப் பறந்து கொண்டிருந்தது. அதன் நகங்களுக்கு இடையே, சிவந்த நிறம் கொண்ட முயல்போல எதுவோ ஒன்று தோலுரிக்கப்பட்டு, தொங்கிக்கொண்டிருந்தது. தன் இரையை விளிம்பில் போட்டு விட்டுக் கழுகு தரையிறங்கியது. அதன் இறக்கைகள் விரிந்த நிலையில், இந்த ஓரத்திலிருந்து அந்த ஓரம் வரை சுமார் ஆறடியாவது இருக்கும். மனிதர்கள் செய்தித்தாளை மடிப்பது போல, தன் இறக்கைகளை மடித்துக் கொண்டது. குஞ்சுகள் தன்னை நோக்கி வருவதைக் கண்டு, தனது நகங்களை உள்ளிழுத்துக் கொண்டது. இல்லையென்றால், அவற்றின் பிஞ்சுச் சதைகளைப் பிய்த்துவிடும். இப்போது அம்மா கழுகு ஒரு முடவன்போல, நொண்டி நகர்ந்தது.

இரண்டு குஞ்சுகளும் அம்மாவின் பாதி திறந்த இறக்கைகளுக்குள் சென்று காணாமல்போயின. அவை பயங்கரப் பசியில் இருந்தன. அவற்றுக்கு இப்போது கொஞ்சல் தேவையில்லை. எனவே, அவற்றை இறந்த முயலுக்கு அருகில் அழைத்துக் கொண்டுபோய், கொஞ்சம் சதையைக் கிழித்து, அதில் ஒட்டிக் கொண்டிருந்த எலும்புகளை நீக்கிவிட்டு, குஞ்சுகளுக்குச் சாப்பிடத் தந்தது. கீழிருந்த பறவைகளும் பூச்சிகளும் மீண்டும் சத்தமிடத் துவங்கின. நாங்கள் மறைந்து கொண்டிருந்த புதரிலிருந்து வெளிவந்தோம். இந்தக் குஞ்சு கழுகுகள் பெரிதாக வளர்ந்திருப்பதைக் காண, எங்களை மீண்டும் அழைத்துக்கொண்டுவர வேண்டும் என்று கோண்டிடம் நானும் ரட்ஜாவும் சத்தியம் வாங்கிக் கொண்டு வீடு நோக்கி நடக்கத் தொடங்கினோம்.

●

சொன்னதுபோலவே ஒரு மாதத்துக்கு சற்று மேலே ஆனபின் நாங்கள் அந்த இடத்துக்குத் திரும்பி வந்தோம். எங்களுடன்

வண்ணக்கழுத்தையும் அவன் அம்மாவையும் கூட்டி வந்திருந்தோம். ஏனெனில், குட்டிப்பயல் இப்போது இரண்டாம் முறை பறக்கும்போது, ஒவ்வொரு கிராமம், லாமாக்களின் மடாலயம், ஏரி, ஆறு எல்லாவற்றையும் சந்தேகத்துக்கே இடமில்லாத வகையில் மிகத் துல்லியமாக அறிந்துகொள்வதோடு, விலங்குகளையும், நாரைகள், கிளிகள், ஹிமாலயக் கொக்குகள், காட்டு வாத்துகள், டைவர்கள், குருவிப் பருந்துகள், உழவாரக் குருவிகள் போன்ற பறவைகளையும் அறிந்துகொள்ள வேண்டுமென்று விரும்பினேன்.

இந்த முறை நாங்கள் அந்தக் கழுகின் பொந்தைத் தாண்டி நூறு மீட்டர் சென்றோம். அப்போதே ரெடோடென்ரான்களில் இலையுதிர் காலத்துக்கான அறிகுறிகள் தெரிந்தன. அவற்றின் எரியும் பூவிதழ்கள் உதிரத் துவங்கியிருந்தன. பல அடிகள் உயர்ந்திருந்த அவற்றின் தண்டுகள் காற்றில் சலசலத்துக் கொண்டிருந்தன. பல மரங்களின் இலைகள் நிறம் மாறத் துவங்கி இருந்தன. காற்றெங்கும் துக்கம் நிறைந்திருந்தது. பதினோரு மணி சுமாருக்கு, எங்கள் புறாக்களைத் திறந்துவிட்டோம். அவை, வெள்ளைச் சிகரங்களில் தொங்கும் பாய்மரத் துணியாக விரிந்திருந்த, மாணிக்கக் கல்போன்ற நீல வானத்தில் பறந்து சென்றன.

அரைமணிநேரம் பறந்திருக்கும், ஒரு பருந்து அவற்றின் மேல் உயரே பறந்து வந்தது. அது புறாக்களுக்கு அருகே பறந்துவந்து, அவற்றைப் பாய்ந்து தாக்கியது. ஆனால், அதன் இரையோ ரொம்ப எச்சரிக்கையாக இருந்து. காயம் இல்லாமல் தப்பித்துவிட்டன.

வண்ணக்கழுத்துப் புறாவும் அதன் அம்மாவும், மரங்கள் இருக்கும் இடத்தை நோக்கிக் கீழே பரபரவென்று இறங்கும்போது, பருந்தின் துணை வெளிவந்து தாக்கியது. தன் கணவரைப்போலவே புறாக்களை நோக்கி அதுவும் பறந்தது. ஆனால், அதனாலும் இரையை வீழ்த்த முடியவில்லை.

தங்கள் இரை தப்பிப் போவதைப் பார்த்த ஆண் பருந்து, தன் பெடையை நோக்கி கிறீச்சிட்டதைக் கேட்டதும் அது காற்றில் இறக்கைகளை அடித்துக்கொண்டு, தக்க சமயத்தை எதிர்பார்த்து, அப்படியே நின்றுவிட்டது. தப்பித்துவிட்டோம் என்ற உணர்வில் புறாக்கள் தங்கள் இறக்கைகளை வேகமாக அடித்துக்கொண்டு பறந்தன. மேற்கிலிருந்தும் கிழக்கிலிருந்தும் இரு பருந்துகளும் விரட்ட, புறாக்கள் தெற்கு நோக்கிப் பறந்தன.

ஒவ்வொரு சிறகடிப்புக்கும் பருந்துகள் புறாக்களை இன்னும் கொஞ்சம் நெருங்கின. கூர் தீட்டிய முனை கொண்ட கசாப்புக் கடைக்காரனின் கத்தி போன்ற வடிவத்திலிருந்த அவற்றின் இறக்கைகள், புயல் போல் காற்றைக் கிழித்து விரைந்தன. ஒன்று, இரண்டு, மூன்று... ஈட்டிகளைப்போலப் பருந்துகள் பாய்ந்தன.

வண்ணக்கழுத்துப் புறாவின் அம்மா, அப்படியே நின்று காற்றில் மிதந்தார். பருந்துகளின் கணக்கு தப்பிவிட்டது. இப்போது என்ன செய்ய? எதைத் தாக்க? இதுமாதிரிக் கேள்விகளுக்கு விடை காண சற்று நேரமெடுக்கும். இந்த வாய்ப்பை வண்ணக்கழுத்துப் புறா தன் திசையை மாற்றிக்கொள்ளப் பயன்படுத்திக் கொண்டது. பரபரவென்று மேலே இன்னும் மேலே ஏறியது. சில நொடிகளில், மகனைப் பார்த்து அம்மாவும் மேலே ஏறியது.

ஆனால், அதற்கான காலம் கடந்துவிட்டது. பருந்துகள், அம்மாவைக் கிட்டத்தட்ட தாக்கும் தூரத்தில் நெருங்கி வந்துவிட்டன. திடீரென்று ஒரு பதற்றம் அம்மாவைப் பற்றிக் கொண்டது. பருந்துகள் தன் மகனைக் குறிவைக்கின்றன என்று அது பயந்தது. தன் மகனைக் காக்க - இதற்கான அவசியமே இல்லை - விரட்டிவரும் பருந்துகளை நோக்கிப் பறந்தது. அடுத்த நிமிடம், இரண்டு வேட்டைப் பறவைகளும் அதன் மீது பாய்ந்துவிட்டன. காற்று முழுக்கச் சிறகுகள் சிதறி விழுந்தன. இதைப் பார்த்த வண்ணக்கழுத்துப் புறா பயந்து போனது. பாதுகாப்புக்காகப் பக்கத்திலிருந்த செங்குத்தான மலைக் குன்றில் பாய்ந்துவிட்டான். அவனுடைய அம்மா, தன்னுடைய தவறால் தன் உயிரையும் இழந்து, அனேகமாக தன் மகனுடைய உயிருக்கும் ஆபத்தை உண்டு பண்ணிவிட்டது.

நாங்கள் மூவரும் வண்ணக்கழுத்தை மலைக் குன்றில் தேடத் தொடங்கினோம். இமாலயம் ஆபத்தான இடம் என்பதால், தேடுவது அத்தனை எளிதான வேலையில்லை. புலிகளுக்காகப் பயப்பட வேண்டியதில்லை, ஆனால் மலைப்பாம்புகளுக்காகப் பயப்பட்டே ஆகவேண்டும். இருந்தாலும் என் நண்பன் ரட்ஜா, நாம் தேடிப்போகவேண்டும் என்று வலியுறுத்தினான். வேட்டைக்கார கோண்டும், சொல்வதை ஒப்புக் கொண்டதோடு, இது நம்முடைய அறிவை வளப்படுத்தும் என்றார்.

நாங்கள் இருந்த குன்றிலிருந்து இறங்கி ஒரு குறுகிய பள்ளத்தாக்கில் நுழைந்தோம். அங்கே கிடந்த பிசுபிசுப்பான எலும்புத் துண்டங்கள், முன்னிரவு ஏதோ ஒரு மிருகம், தான்

வேட்டையாடிய விலங்கைத் தின்றிருக்கிறது என்பதை உணர்த்தியது. வங்கத்திலேயே சிறந்த ஆயுதங்கள் கொண்ட வேடரான கோண்ட் எங்களை வழிநடத்திச் சென்றதால், எங்களுக்குப் பயமேதும் இல்லை. பச்சைப் பாசியில் முளைத்திருந்த ஊதா ஆர்கிட்கள் நிறைந்த பிளவுகளையும் பள்ளங்களையும் கடந்து நாங்கள் கஷ்டப்பட்டு ஏறிச் செல்ல வேண்டியிருந்தது. ஃபிர் மணமும் பால்சம் மணமும் எங்கள் மூக்கைத் துளைத்தன. சில சமயம் இன்னும் வாடாதிருந்த ரொடொடென்ரான்களைப் பார்த்தோம். காற்று வேறு குளிராக இருந்தது. எங்கள் ஏற்றமோ முடிவில்லாது தொடர்ந்தது.

மதியம் இரண்டு மணிக்குப் பிறகு, ஊறவைத்த தட்டைப்பயிறை கைபிடியளவு சாப்பிட்டபின், நாங்கள் வண்ணக்கழுத்துப் புறா ஒளிந்து கொண்டிருந்த குன்றை அடைந்தோம். ஆச்சரியம் என்னவென்றால், நாங்கள் சென்ற முறை பார்த்த கழுகின் பொந்து அந்தக் குன்றில்தான் இருந்தது. அதன் இரு குஞ்சுகள் இப்போது, முழுமையான கழுகுகளாக வளர்ந்திருந்தன. அவை, அவற்றின் பொந்துக்கு முன் இருந்த பாறை விளிம்பில் உட்கார்ந்திருந்தன. எங்களை ஆச்சரியப்படுத்தும் வகையில், வண்ணக்கழுத்துப் புறா அதையடுத்து நீட்டிக் கொண்டிருந்த வேறொரு பாறை விளிம்பில் தொலைதூர மூலையில் வலுவற்று, பயத்தில் குறுகிப்போய் உட்கார்ந்திருந்தது. நாங்கள் நடந்து செல்கையில், கழுகுக் குஞ்சுகள் முன்னே வந்து எங்களை அலகுகளால் தாக்கின. அவற்றின் பக்கமிருந்த ரட்ஜாவிக்கு அழுத்தமான கொத்து விழுந்தது. அவனது கை கட்டைவிரலின் தோல் கிழிந்து ரத்தம் பொலபொலவென்று கொட்டியது.

எங்களுக்கும் வண்ணக்கழுத்துப் புறாவுக்கும் நடுவே இந்தக் கழுகுகள். வேறொரு உயரமான மலைப்பாறையின் விளிம்பில் நடந்து சென்று அவனை அடைவதைத் தவிர வேறொன்றும் செய்வதற்கில்லை. கழுகுக் கூட்டிலிருந்து ஆறு கஜம் கூடப் போயிருக்கமாட்டோம், முதல் தடவை வந்தபோது செய்ததைப் போல, இப்போதும் எங்களை ஒளிந்துகொள்ளச் சொன்னார் கோண்ட். நாங்கள் வேகமாகப் போய், ஒரு பைன் மரத்தின்கீழ் மறைந்து கொண்டோம்.

காற்றில் மெல்லிய அலறலோடு கழுகுகளின் அம்மாவோ அப்பாவோ அருகில் பறந்து வந்தது. சில நொடிகளில், கீறீச்சிடும் சத்தத்தோடு அந்தக் கழுகு தன் கூட்டை நோக்கிப் பறந்து சென்றது. அதன் வால் சிறகுகள் எங்கள் மரத்தை உரசிச் சென்றபோது,

நடுங்கச் செய்யும் பரவசம் ஓர் அதிர்வாய் என் முதுகுத்தண்டில் உயர்ந்து அடங்கிற்று. காற்றைக் கிழித்துச் சென்ற அதன் ஓசை அடங்கக் கேட்டேன்.

கழுகுகள் தனித்த, அணுக முடியாத குன்றில் கூடு கட்டுகின்றன என்று தவறாக நினைத்துக் கொண்டிருப்பவர்களுக்கு ஒரு உண்மையை மீண்டும் வலியுறுத்துகிறேன். ஒரு வலிமையான பறவையோ விலங்கோ தன்னுடைய வீட்டை அமைத்துக்கொள்ள அத்தனை கவனமாக இருக்க வேண்டியதில்லை. அலட்சியமாக இருந்தாலும் அவற்றுக்குப் பிரச்னை ஏதுமில்லை.

ஒரு பிரம்மாண்டமான பறவையின் கூட்டின் முதல் தேவை, வீட்டின் வெளிப்புறத்தில் தன்னுடைய பெரிய இறக்கைகளைத் திறந்து மூடத் தேவைப்படும் இடம் கண்டிப்பாக இருக்க வேண்டும். அத்தனை பெரிய இடம், அணுக முடியாத மாதிரியும் இருக்க முடியாது. அடுத்தபடியாக, கழுகுக்குக் கூடு கட்டும் சாமர்த்தியமும் கிடையாது. ஒரு மலைக்குகையின் வெளியே இயல்பாக நீட்டிக் கொண்டிருக்கும் விளிம்பைத் தேர்ந்தெடுத்துக்கொள்ளும். இயற்கையே அங்கு மூன்றில் இரண்டு பங்கு வேலையைச் செய்திருக்கும். மூன்றாம் பங்கை மட்டும் பறவைகள் செய்து கொள்ளும். அதுவும் பெரிதாக ஒன்றுமில்லை, முட்டையிட்டுக் குஞ்சு பொரிப்பதற்காகக் கிளைகள், இலைகள், புற்கள் போன்ற வற்றைத் திரட்டி ஒரு கரடுமுரடான படுக்கையை உருவாக்கும்.

இத்தனை தகவல்களையும் எங்கள் மறைவிடத்திலிருந்து மெல்ல வெளிவந்து அந்தப் பொந்தை சற்று தொலைவிலிருந்து இரண்டாம் முறை நோட்டமிட்டபோது நாங்கள் அறிந்து கொண்டோம். வளர்ந்துவிட்ட இரண்டு குஞ்சுகளும், அவற்றின் அம்மாவும் எங்கள் பழைய நண்பர்கள்தான் என்பதில் சந்தேகமே இல்லை. அவை வளர்ந்துவிட்டாலும், அவற்றின் அம்மா இன்னமும், அவற்றைக் காயப்படுத்திவிடக்கூடாது என்று பழக்க தோஷத்தில் தன் நகங்களை உள்ளிழுத்துக் கொண்டது. அந்த நொடியில் மட்டும்தான் அப்படி. பிறகு அவை தன்னை நோக்கி ஓடி வருவதை உறுதி செய்து கொண்டு, தன் விரல்களை விரித்து வெளிப்புற விளிம்பில் உறுதியாக நின்றது.

முழுமையாக வளர்ந்துவிட்ட குஞ்சுகள், அம்மாவை நோக்கி ஓடி, அதன் விரிந்த இறக்கைக்கு அடியில் ஒளிந்து கொண்டன. ஆனால், அவை அங்கேயே அதிக நேரம் இருக்கவில்லை. அவற்றுக்கு இப்போது பாசம் தேவையில்லை. அவை பயங்கரப் பசியில்

இருக்கின்றன. அவற்றுக்கு தின்ன ஏதாவது வேண்டும். ஆனால் பாவம், அம்மா எதுவுமே கொண்டு வரவில்லை. அதை உணர்ந்ததும், அம்மாவிடமிருந்து திரும்பி, காற்றடிக்கும் திசையை நோக்கித் திரும்பி அமர்ந்து கொண்டு காத்திருக்கத் தொடங்கின.

கோண்ட் கொடுத்த சமிக்ஞைக்குப்பின் நாங்கள் மூவரும், எழுந்து ஏறத் துவங்கினோம். அடுத்த ஒரு மணிநேரம், பல்லியைப் போல் அமைதியாகக் கழுகுகளின் பொந்தின் கூரைக்கு மேல் ஊர்ந்து சென்றோம். அதை நான் கடக்கும்போது, எலும்புகள் மற்றும் காய்ந்து கொண்டிருக்கும் சதைகளின் மட்டமான வாடை என் நாசியை வரவேற்றது. இதிலிருந்து கழுகு, என்னதான் பறவைகளின் ராஜாவாக இருந்தாலும், புறாக்கள் அளவுக்கு சுத்தமாகவும் ஒழுங்காகவும் இல்லை என்பதைப் புரிந்துகொள்ளலாம். என்னைப் பொறுத்தவரை, கழுகின் பொந்தைவிட, புறாவின் கூட்டையே விரும்புவேன்.

சீக்கிரமே நாங்கள் வண்ணக்கழுத்துப் புறாவை அடைந்து, அவனைக் கூண்டுக்குள் அடைக்க முயற்சி செய்தோம். எங்களைப் பார்த்ததில் அவனுக்கு மகிழ்ச்சி. ஆனால், கூண்டுக்குள் போக மறுத்துப் போராடினான். நேரம் ஆகிறது என்பதால், நான் அவன் தின்னப் பயிறுகளைக் கொடுத்தேன். அவன் பாதி சாப்பிட்டுக் கொண்டிருக்கும்போது, அவனுடைய முழுக்கவனமும் தின்பதில் இருப்பதைப் பார்த்து, அவனை என் கைகளால் பிடிக்க முயற்சி செய்தேன். பாவம், அவன் பயந்துபோய், பறந்துவிட்டான்.

அவன் பறக்கும்போது எழும்பிய சத்தம் கேட்ட அம்மா கழுகு தன் பொந்தின் உள்ளிருந்து வெளிவந்துவிட்டது. தன் அலகு துடிக்க, இறக்கைகள் கிட்டத்தட்ட பறப்பதற்காகத் திறந்திருக்க, அது வெளியே பார்த்தது. ஒரே நொடியில் கீழிருந்த அனைத்துக் காட்டுச் சப்தங்களும் நின்றுவிட, அது பறந்தது. வண்ணக்கழுத்துப் புறாவின் கதை முடிந்தது என்றுதான் நாங்கள் நினைத்தோம். திடீரென்று அதன் மீது ஒரு நிழல் விழுந்தது. கழுகுதான் அவன் மீது பாய்கிறது என்று நினைத்தேன். ஆனால், அது ஒரு நொடி அவன் மீது நின்றுவிட்டு, பறந்துவிட்டது. அவன் உயிரைப் பிடித்துக் கொண்டு பறந்தான். பெரும் பீதியில், வளைந்து வளைந்து பறந்து எங்கள் கண்பார்வையைத் தாண்டிப் போய்விட்டான்.

நாங்கள் வண்ணக்கழுத்துப் புறாவை இழந்துவிட்டோம் என்று நான் நினைத்தேன். ஆனால், நாங்கள் ஒன்று அல்லது இரு நாட்களில் அவனைக் கண்டுபிடித்துவிட முடியும் என்று சொன்னார் கோண்ட். அதனால், நாங்கள் அங்கேயே காத்திருக்க முடிவு செய்தோம்.

வேகமாக இருட்டிவிட்டது. சில பைன் மரங்களுக்குக் கீழே நாங்கள் தங்கினோம். அடுத்த நாள் காலையில், இளம் கழுகுகள் பறப்பதற்கான நாள் வந்துவிட்டது என்று கோண்ட் எங்களிடம் சொன்னார். 'கழுகுகள் ஒருநாளும் தங்கள் குஞ்சுகளுக்குப் பறக்கக் கற்றுக் கொடுப்பதில்லை. அவை எப்போது பறக்கத் தயார் என்பது அவற்றுக்கு தெரியும். அப்போது குஞ்சுகளை விட்டு விட்டு ஒரேயடியாகப் போய்விடும்' என்றார்.

அந்த நாள் முழுக்க அம்மா கழுகு தன் கூட்டுக்குத் திரும்பவில்லை. இரவானபின், அதன் குழந்தைகள் அது வரும் என்ற நம்பிக்கையை இழந்து மீண்டும் கூட்டின் உட்பகுதிக்குச் சென்றுவிட்டன. எங்களுக்கு மறக்க முடியாத இரவாக அது இருந்தது. நாங்கள் மிக உயரத்தில் இருந்ததால், வேட்டையாடும் நாலு கால் பிராணி எதுவும் எங்களைத் தாக்காது என்று நம்பிக்கையுடன் இருந்தோம்.

புலிகளும் சிறுத்தைகளும் கீழ் நோக்கியே போகும். அவற்றுக்கு உயரத்தின் மீது பயமெல்லாம் இல்லை. எல்லா விலங்குகளையும் போலவே அவையும் தங்கள் இரையை நோக்கியே போகும். மறிமான்கள், மான்கள், நீர் எருமைகள், காட்டுப் பன்றிகள் போன்றவையெல்லாம் எங்கு செழிப்பாக இருக்கிறதோ அங்குதான் மேயும். அவை புற்கள், செடிகள், ருசியான கிளைகள் எங்கே விளைகிறதோ, சுருக்கமாகச் சொன்னால் அவற்றின் இரவு உணவு நதிக்கரைகளில் விளையும் என்பதால் அங்கேதான் போகும். அந்த விலங்குகளைச் சாப்பிட்டு வாழும் உயிரினங்கள், அவற்றைத் தேடி அங்கேதான் போகும். இதனால்தான், சில பறவைகள் மற்றும் மலைப்பாம்புகள், பனிச் சிறுத்தைகள், காட்டுப் பூனைகள் தவிர வேறு எந்த வேட்டையாடும் விலங்கும் இரவு நேரத்தில் உயரமான பகுதிகளில் இருக்காது. யாக் கூட, அத்தனை உயரத்துக்கு அடிக்கடியோ அதிக எண்ணிக்கையிலோ ஏறுவதில்லை. ஒன்றிரண்டு மலை ஆடுகளை அவ்வப்போது பார்க்கலாம். ஆனால் அதைவிடப் பெரிதாக எதுவும் இருக்காது. அதனால் எங்கள் இரவு எந்தவொரு பரபரப்பான நிகழ்வுமின்றிக் கழிந்தது.

ஆனால், இதற்கு ஈடாக, துளைக்கும் அதிகாலைக் குளிர் எங்கள் உடலை உலுக்கி எடுத்துவிட்டது. தூக்கம் என்ற பேச்சுக்கே இடமில்லை என்பதால், எழுந்து உட்கார்ந்து கொண்டு என் படுக்கை விரிப்புகளை என்னைச் சுற்றிப் போர்த்திக்கொண்டு, அங்குமிங்கும் பார்த்துக்கொண்டும் கேட்டுக் கொண்டும் இருந்தேன். தோல் நன்கு இழுத்துக் கட்டப்பட்ட மேளம் மூச்சுக் காற்றுக்குக்கூட சப்தம் எழுப்பும். அது போல் சுற்றிலும் அமைதி

மிகத் தீவிரமாக இருந்தது. துளைத்தெடுக்கும் சப்தமின்மை எல்லாத் திசைகளிலிருந்தும் என்னைச் சூழ்ந்து கொண்டது. அவ்வப்போது, பக்கத்தில் எங்கோ மென்மையான கால்கள் கொண்ட காட்டுப் பூனை மரக்கிளையிலிருந்து குதிக்கும்போது, காய்ந்த இலைகள் உடைவது, வெடிச் சத்தம் போல் கேட்டது. அந்தச் சத்தம், உயர்ந்து கொண்டே வரும் சப்தமின்மையில் விழுந்த கல்போலத் தணிந்தது. மெதுவாக, ஒவ்வொரு நட்சத்திரமாக அஸ்தமித்தது. சுற்றிலும் உயர்ந்து கொண்டேயிருந்த மர்மம் இன்னும் ஆழத்துக்குச் சென்றது.

கழுகுகளின் பொந்தில், எறியப்பட்ட ஈட்டி அதிர்வதுபோல ஏதொவொன்று நடுக்கம் கொடுத்தது. சந்தேகமே இல்லாமல் இப்போது பொழுது புலர்ந்தது. மீண்டும் அதே இடத்திலிருந்து அதே சத்தம் கேட்டது. படுக்கையிலிருந்து எழும்போது மனிதன் சோம்பல் முறிப்பதுபோல, கழுகுகள் தங்கள் அலகுகளால் இறகுகளை ஒழுங்கு செய்து கொண்டிருந்தன. இப்போது ஏதோ சலசலப்பு கேட்கவே, இரண்டு கழுகுகளும் தங்கள் கூட்டின் முன் விளிம்புக்கு வருகின்றன என்று நினைத்துக் கொண்டேன்.

தொடர்ந்து வேறு பல சத்தங்கள் எழுந்தன. தலைக்கு மேலே நாரைகள் பறந்தன. நாரைகள் போன்ற புதிய பறவைகள் வானத்தை அளந்தன. பக்கத்தில் ஒரு யாக் அமைதியைக் குலைத்தது; தன்னுடைய கொம்பை ஒரு மேளத்தைக் கிழித்துக்கொண்டு நுழைத்ததுபோல அது ஒலித்தது. கீழே தொலைவில், பறவைகள் ஒன்றை ஒன்று அழைத்துக்கொண்டன. கடைசியில் கஞ்சன்ஜங்கா மலைத் தொடரில் வெளிச்சம் விழுந்தது. பின்னர், தன் தலையைச் சுற்றி மணிக்கல்லின் பிரகாசமான ஒளிவட்டத்தோடு மகாலு வெரியர் தோன்றியது. தாழ்பகுதியின் மலைத்தொடர்கள், மோண்ட் பிலான்க் போல் உயர்ந்தவை, தங்கள் பால் வெள்ளை உடையைப் போட்டுக் கொண்டு வந்தன. கற்கள் மற்றும் மரங்களின் வடிவங்களும் வண்ணங்களும் கண்பார்வைக்கு வந்தன. காலைப் பனியோடு ஆர்கிட்கள் அசைந்தன. இப்போது சூரியன், ஒரு சிங்கத்தைப்போல, வானத்தின் தோளில் ஏறிக்கொண்டது. பனி நிறைந்த அடிவானம் கருஞ்சிவப்பு நிறத்தில் சுடர்விட்டது.

தூங்கி எழுந்துவிட்ட கோண்டும் ரட்ஜாவும் எழுந்து நின்றார்கள். பின், தேர்ந்த பூசாரியான ரட்ஜா, கதிரவனுக்கான சமஸ்கிருத பிரார்த்தனையை ஓதினான்.

ஓ! கீழ்த்திசை மௌனத்தின் அரும்பே
மனிதனின் கால்படாத புராதன பாதையில் போ

தூசுகள் இல்லாத மர்மப் பாதையில் போ
நீ தெய்வத்தின் தங்க அரியணையை அடைந்து
அவருடைய அமைதிக்கும் கருணைமிகு மௌனத்தின் முன்னும்
எங்களுக்காகப் பேசு.

மனிதக் குரல்களுக்குப் பழக்கப்படாத கழுகுகள், இந்தப் பிரார்த்தனையைக் கேட்டுப் பயந்து போய்விட்டன. ஆனால், அவற்றுக்கு கோபம் வருவதற்கு முன், எங்கள் சிறிய பிரார்த்தனை முடிந்து, நாங்கள் வளர்ச்சி குன்றிய அந்தப் பைன் மரத்தின் கீழ் ஒளிந்து கொண்டோம். காலை உணவுக்கு எதுவும் இல்லாத கழுகுகள், தங்கள் பெற்றோர் எங்காவது தென்படுகிறார்களா என்று வானத்தை அளந்தன.

கீழே ஓசனிச்சிட்டுகளின் அளவில் பறக்கும் கிளிக்கூட்டங்களையும் ஜே பறவைகளையும் பார்த்தன. தெற்கு நோக்கிச் செல்லும் காட்டு வாத்துகள் முந்தைய இரவு தங்கியிருந்த பனி படர்ந்த சிகரங்களில் இருந்து பறந்து வந்தன. சீக்கிரமே அவை வண்டுகள்போலச் சிறியதாகி வெட்டவெளியில் கரைந்து போயின. ஒவ்வொரு மணிநேரமாகக் கடந்து சென்றது. இன்னும் பெரிய கழுகைக் காணவில்லை. முழுதும் வளர்ந்த கழுகுக் குஞ்சுகளுக்கு பசி அதிகரித்துக் கொண்டே போனது. தங்கள் கூட்டுக்குள் சத்தமிடத் துவங்கின. பொந்துக்குள் நடக்கும் சண்டையை எங்களால் கேட்க முடிந்தது. சத்தம் அதிகரித்துக் கொண்டேபோய், கோபத்தில் ஒரு கழுகு கூண்டை விட்டு வெளியே போய், குன்றின் மீது ஏறத் துவங்கியது. இன்னும் மேலே மேலே ஏறியது. தன் இறக்கைகளைப் பயன்படுத்தாமலேயே மேலே மேலே நடந்தது.

இப்போது, மதியம் தாண்டிவிட்டது. நாங்கள் மதிய உணவையும் முடித்துவிட்டோம், இன்னும் அம்மா அப்பா பறவைகள் கண்ணில் படவில்லை. பொந்தில் தங்கியிருக்கும் கழுகுக் குஞ்சு, வெளியே சென்றதைவிடச் சிறியதாக இருந்ததால் அதைப் பெண் என்று தீர்மானித்தோம். அது காற்றின் திசை நோக்கி உட்கார்ந்து கொண்டு, தொலைவில் நோக்கியது. ஆனால், அதற்கும் நம்பிக்கை தேய்ந்து போனது.

ஆச்சரியமாக இருக்கலாம், ஆனால், கடலோடிச் சிறுவன் கடலுக்குள் இறங்கும் நாள் வரை கடலையே பார்த்துக் கொண்டிருப்பான் என்பதைப்போல, பிறந்ததிலிருந்து பறக்கும் நாள் வரை காற்றின் திசையைப் பார்த்துக்கொண்டு உட்காராத ஹிமாலய கழுகை நான் இனிமேல் தான் பார்க்கவேண்டும். மதியம் இரண்டு மணி

இருக்கும்போது, கூண்டில் காத்துக் கொண்டிருக்கும் பொறுமையை அந்தக் கழுகு இழந்துவிட்டது. தூரத்தில் குன்றின் மேல் உட்கார்ந்து கொண்டிருக்கும் தன்னுடைய சகோதரனைத் தேடிப் போனது. அவனும் காற்றடிக்கும் திசையை நோக்கி அமர்ந்திருந்தான்.

தன் சகோதரி மேலே வந்தவுடன், அவனுடைய கண்கள் பிரகாசமாயின. தான் தனியாக இல்லை என்ற நிம்மதி அதனிடம் தெரிந்தது. சகோதரியைப் பார்த்த மாத்திரத்தில், சாப்பாட்டுக்காகப் பறந்தாக வேண்டும் என்ற துக்கமான எண்ணமும் போனது. தன் பெற்றோரால் பறக்கப் பயிற்சி கொடுக்கப்படும் எந்தவொரு கழுகுக் குஞ்சையும் நான் பார்த்ததில்லை. அதனால்தான், பசி தங்களை நிர்பந்திக்கும்வரை எந்தவொரு குஞ்சும் தன் இறக்கையைத் திறப்பதில்லை. பெரிய கழுகுகளுக்கு இது நன்றாகவே தெரியும். அதனால்தான், அவை வளர்ந்தவுடன் சரியான நேரத்தில் அவற்றை விட்டுவிட்டுப் போய்விடுகின்றன.

சின்னப் பெண் கழுகு, கஷ்டப்பட்டுக் குன்றில் ஏறி தன் சகோதரனுக்கு அருகில் சென்றது. ஆனால் பாவம் அங்கு இரண்டு பேருக்கு இடம் போதவில்லை. இரண்டு பேரும் தங்களைச் சமநிலைப்படுத்திக்கொள்ள முடியாமல், சகோதரி சகோதரனைத் கிட்டத்தட்ட தட்டிவிட்டுவிட்டது. உடனடியாக அந்தக் கழுகு தன்னுடைய இறக்கைகளை அகல விரித்துக் கொண்டது. காற்று அந்தக் கழுகை மேலே உயர்த்தியது. அது தன் நகங்களை விரித்தது, ஆனால் தரையில் இறங்குவதற்கான நேரமெல்லாம் கடந்துவிட்டது. தரையிலிருந்து குறைந்தது இரண்டு அடி உயரத்திலாவது இருந்திருக்கும். அதன் இறக்கைகளை அடிக்க அடிக்க இன்னும் மேலே உயர்ந்தது. தன் வாலை தாழ்த்த, அது துடுப்புபோல வேலை செய்து, கழுகைக் கிழக்கு, தெற்கு, கிழக்கு என்று பக்கவாட்டில் செலுத்தியது. அது எங்கள் தலைக்கு மேலே பறந்து சென்றது. காற்று அதன் இறக்கைகளில் பாடிச் செல்வதை எங்களால் கேட்க முடிந்தது.

அந்த நேரத்தில் ஒரு தீர்க்கமான மௌனம் எல்லாவற்றின் மீதும் கவிந்தது. பூச்சிகள் ரீங்காரம் நின்று போனது. முயல்கள், அந்தப் பக்கம் முயல்கள் இருந்திருந்தால், தங்கள் வளைகளில் மறைந்து கொண்டன. இலைகள்கூடஅமைதியாக, காற்றின் இந்தப் புதிய அரசன் இறக்கை அடித்து மேலே மேலே பறக்கும் சத்தத்தைக் கவனித்தன. அது இன்னும் மேலே பறக்க வேண்டும். இன்னும் தொலைதூரம் பறந்து சென்றே அது தான் தேடிப்போவதை அடைய முடியும்.

சில சமயம், ஆயிரத்தி எண்ணூறு முதல் மூவாயிரம் அடிகள் மேலிருந்தே கழுகுகளால் தரையில் ஒரு முயல் குதிப்பதைப் பார்க்க முடியும். பிறகு தன் இறக்கைகளை மடக்கி மின்னல்போலக் கீழ் நோக்கிப் பாயும். இடி போல் அது இறங்கும் பயங்கர சத்தம், பாவப்பட்ட அந்த ஜீவனை ஸ்தம்பிக்கச் செய்து அதே இடத்தில் நிற்கச் செய்துவிடும். பிறகு கழுகின் நகங்கள் அதைப் பிய்த்துவிடும்.

தன் சகோதரன் அவனுடைய பாதையில் போவதைப் பார்த்ததும், தனிமையின் பயத்தால், பெண் கழுகும் திடீரென்று தன்னுடைய இறக்கைகளை விரித்தது. கீழ் இருந்து வீசும் காற்று, அவளை மேலே தள்ளியது. அவளும் காற்றில் மிதந்து, வாலை அசைத்துக் காற்றில் திரும்பி, தன் சகோதரனை நோக்கிச் சென்றாள். சில நிமிடங்களில் இருவரும் எங்கள் கண்பார்வையில் இருந்து மறைந்து போயினர். இப்போது எங்கள் முறை. அந்த குன்றுகளில் இருந்து இறங்கி எங்கள் புறாவைத் தேடப் போக வேண்டும். அவன் டெண்டாமுக்குப் போயிருக்கக் கூடும். ஆனால், அங்கு செல்லும் வழியில் அவன் இதற்கு முன்பு பறந்தபோது கடந்து வந்த வழித்தடங்களான ஒவ்வொரு பௌத்த மடாலயத்திலும் பெரிய மனிதர்களின் கோட்டைகளிலும் தேடவேண்டும் என்று எங்களுக்குத் தோன்றியது.

5

வண்ணக்கழுத்துப் புறாவைத் தேடி

கீழே இருந்த பள்ளத்தாக்குகளின் ஒளியற்ற பாழில் இறங்கிச் சென்று கொண்டிருக்கையில் நாங்கள் தொடர்ந்து இருட்டுக்குள் ஆழ்ந்து கொண்டிருப்பதைத் திடீரென்று உணர்ந்தோம். ஆனால், மணியோ மதியம் மூன்றுகூடஆகவில்லை. எங்களுக்கு மேலிருந்த உயர்ந்த சிகரங்களின் நீண்ட நிழல்களால் அந்தப் பகுதியே இருண்டிருந்தது. எங்கள் வேகத்தை அதிகரித்தோம். குளிர்ந்த காற்று சாட்டையால் அடித்தது போல் எங்களை விரட்டிச் சென்றது . இன்னுமொரு ஆயிரம் அடிகள் நாங்கள் இறங்கிய உடனே, மேலிருந்ததை விடக் காற்று கதகதப்பானது. ஆனால், வேகமாக இரவு கவிந்ததும் மீண்டும் குளிரத் துவங்கியது. நட்புடன் எங்களை அழைப்பது போலிருந்த ஒரு மடாலயத்தில் தங்க இடம் கேட்க வைத்தது. அந்தச் சத்திரத்தை அடைந்தோம். அங்கு பௌத்தத் துறவிகளும் லாமாக்களும் எங்களைப் பெருந்தன்மையுடன் உபசரித்தார்கள். எங்களுக்கு இரவு உணவு பரிமாறும்போதும் எங்களை எங்கள் அறைக்கு அழைத்துச் செல்லும்போதும் மட்டுமே எங்களிடம் பேசினார்கள். அவர்கள் தங்களுடைய மாலை நேரத்தைத் தியானத்தில் கழிப்பவர்கள்.

மலையின் பக்கவாட்டில் வெட்டப்பட்ட மூன்று சிறிய அறைகளை எங்களுக்குக் கொடுத்தார்கள். அவற்றின் முன்பு, முனைகளில் சீராக வெட்டப்பட்ட புல்வெளி இருந்தது. நாங்கள் கொண்டுபோன

விளக்குகளால் பார்த்தபோது, அந்தக் கல் அறைகளில் வைக்கோல் படுக்கை மட்டுமே இருந்ததைக் கண்டோம். இருந்தாலும், இரவு விரைவாகக் கழிந்தது. நாங்கள் சோர்வாக இருந்ததால், அம்மாவின் மடியில் தூங்கும் பிள்ளைகள்போலத் தூங்கிவிட்டோம். அடுத்த நாள் காலை நான்கு மணிக்கு, பல காலடிச் சப்தங்கள் என் தூக்கத்தை முழுதாகக் கலைத்து விட்டன. படுக்கையிலிருந்து எழுந்து அந்தச் சத்தம் வந்த திசையை நோக்கிச் சென்றேன். அங்கு பிரகாசமான விளக்குகளைக் கண்டேன். கீழே இறங்கிப் பின்னர் உயரமான படிகளில் மேலே ஏறிய பின், அந்த மடாலயத்தின் பிரார்த்தனைக்கூடத்தை அடைந்தேன். மலையில் நீண்டு உயர்ந்த ஒரு பாறைக்குக் கீழ் இருக்கும் ஒரு பெரிய குகை அது. அதன் மூன்று பக்கமும் திறந்தவெளியாக இருந்தது. அங்கு எனக்கு முன் நின்றிருந்த எட்டு லாமாக்களும் தாங்கள் கொண்டு வந்த விளக்குகளைச் சத்தமில்லாமல் கீழே வைத்துவிட்டு, தியானம் செய்வதற்காகச் சம்மணமிட்டு அமர்ந்தார்கள். மங்கலான ஒளி அவர்கள் பழுப்பு நிற முகத்திலும் நீல ஆடையிலும் விழுந்தது. அந்த ஒளி, அன்பும் அமைதியும் அவர்கள் முகத்தில் நிறைந்திருந்ததை வெளிப்படுத்தியது.

இப்போது அவர்களுடைய தலைவர் என்னிடம் ஹிந்துஸ்தானியில், ‘தூங்கிக் கொண்டிருப்பவர்களுக்காகப் பிரார்த்தனை செய்வது எங்கள் நூற்றாண்டு கால வழக்கம். இரவின் இந்த நேரத்தில், தூக்கமின்மையால் பீடிக்கப்பட்டவன்கூடத் தூங்கியிருப்பான். தூங்கும்போது மனிதர்கள் தங்கள் பிரக்ஞைப்பூர்வ எண்ணங்களை மறந்திருப்பார்கள் என்பதால், அவர்களை எங்கெங்கும் நிறைந்திருக்கும் கருணை சுத்திகரிக்க வேண்டுமென்று நாங்கள் பிரார்த்திக்கிறோம். அவர்கள் காலையில் எழும்போது, அந்த நாளை தூய்மையான, கனிவான, தைரியமான எண்ணங்களோடு எதிர்கொள்வார்கள். நீயும் எங்களோடு தியானம் செய்வாயா?’ என்று கேட்டார்.

உடனடியாக நான் ஒப்புக்கொண்டேன். மனிதகுலம் முழுமைக்கும் தயை கிடைக்க நாங்கள் பிரார்த்தனை செய்ய அமர்ந்தோம். இன்றைக்கும் நான் காலையில் சீக்கிரம் எழும்போதெல்லாம், இன்னும் தூங்கிக் கொண்டிருக்கும் அத்தனை ஆண்களுக்கும் பெண்களுக்குமாக இமாலயத்தில் பிரார்த்தனை செய்யும் அந்த பௌத்தத் துறவிகளை நினைத்துக்கொள்கிறேன்.

சீக்கிரமாக விடிந்துவிட்டது. இத்தனை நேரம் நாங்கள் மலைப்பிளவில் உட்கார்ந்து கொண்டிருப்பதை அறிந்தேன். எங்கள்

காலடியில், கரடுமுரடான செங்குத்தான ஒரு அதலபாதாளச் சரிவு இருந்தது. சூரிய ஒளி படர்ந்திருந்த காற்றில் வெள்ளி மணிகளின் ஓசை மெல்ல எழுந்தது. வெள்ளியும் பொன்னுமாக ஒவ்வொரு மணியாக மெல்ல ஒலியெழுப்பி, இனிமையான இசையை ஒளிநிறைந்த காற்றெங்கும் நிரப்பின. இந்த மணியோசை, ஒளியின் தூதுவனுக்குத் துறவிகள் சொல்லும் வணக்கம். இருள் மீது வெளிச்சம்கொண்ட வெற்றியையும் மரணத்தின் மீது வாழ்வு கொண்ட வெற்றியையும் முழங்கிக் கொண்டே சூரியன் உதித்தது.

ரட்ஜாவையும் கோண்டையும் கீழே காலை உணவு சாப்பிடும்போது சந்தித்தேன். அப்போதுதான் எங்களுக்கு உணவு பரிமாறிய துறவி, ‘உங்கள் புறா அடைக்கலம் தேடி நேற்று இங்கு வந்திருந்தது’ என்றார். வண்ணக்கழுத்துப் புறா எப்படியிருக்கும் என்பதை, அதன் மூக்குச் சதை என்ன நிறம் என்ன அளவு என்பது வர மிகக் கச்சிதமாக விவரித்தார்.

‘நாங்கள் புறாவைத் தேடுகிறோம் என்பது உங்களுக்கு எப்படித் தெரியும்’ என்று கோண்ட் கேட்டார்.

தட்டையான முகம் கொண்ட அந்த லாமா, கண்ணிமைக்காமல் அதே நொடியில் ‘என்னால் உங்கள் எண்ணங்களை அறிய முடியும்’ என்றார்.

‘எப்படி உங்களால் எங்கள் எண்ணங்களைத் தெரிந்துகொள்ள முடியும்?’ என்று ரட்ஜா கேட்டான்.

‘இந்த உலகில் இருக்கும் எல்லா உயிர்களின் சந்தோஷத்துக்காக எங்கெங்கும் நிறைந்திருக்கும் கருணையிடம் தினம் நான்கு மணிநேரம் நீ பிரார்த்தனை செய்தால், பன்னிரண்டு ஆண்டுகளில், அவர் சிலருடைய எண்ணங்களைப் படிப்பதற்கான சக்தியை உனக்குத் தருவார். குறிப்பாக இங்கு வருபவர்களின் எண்ணங்களை வாசிக்கக் கூடிய சக்தியைத் தருவார். எங்களிடம் அடைக்கலம் புகுந்தபோது, உங்கள் புறா எங்களால் போஷிக்கப்பட்டு தன் பயத்திலிருந்து மீண்டுவிட்டது’ என்றார் அந்தத் துறவி.

‘கடவுளே! அவன் பயத்திலிருந்து விடுபட்டுவிட்டான்! ’ என்றேன் நான்.

அந்த லாமா மிக எளிமையாக ஆமோதித்தார். ‘ஆமாம் அவன் ரொம்பப் பயந்துபோயிருந்தான். அதனால் அவனை என் கையில் ஏந்தி அவன் தலையைத் தடவிக் கொடுத்து, பயப்படாதே

என்றேன். பிறகு நேற்று காலை அவனைப் போக விட்டுவிட்டேன். அவனுக்கு எந்த ஆபத்தும் வராது' என்றார்.

'எப்படி அப்படிச் சொல்கிறீர்கள்? ' என்று பவ்யமாகக் கேட்டார் கோண்ட்.

அந்தச் சாமியார் சொன்னார்: 'வேடர்களில் உயர்ந்தவரே, நீங்கள் ஒன்றைத் தெரிந்துகொள்ள வேண்டும். எந்தவொரு விலங்கினமோ அல்லது மனிதனோ எதிரியைக் கண்டு பயப்படாமல் இருக்கும் வரை, அவனை அல்லது அந்த விலங்கை எதிரியால் தாக்கவோ கொல்லவோ முடியாது. பயத்தை விலக்கிய முயல்கள் கூடவேட்டை நாய்களிடமிருந்தும் நரிகளிடமிருந்தும் தப்பித்ததை நான் பார்த்திருக்கிறேன். பயம், ஒருவனின் அறிவைக் குழப்பம் கொள்ளச் செய்கிறது. பயம் ஒருவனின் நாடி நரம்புகளையும் முடக்குகிறது. எவன் தன்னைப் பயம்கொள்ள அனுமதிக்கிறானோ அவன் தன்னையே கொன்றுகொள்கிறான்.'

'ஆனால், நீங்கள் எப்படி அந்தப் புறாவைப் பயத்திலிருந்து குணப்படுத்தினீர்கள்?' என்று ரட்ஜா கேட்டான்.

அதற்கு அவர், 'நீ பயப்படாமல் இருந்தால், அதோடு தொடர்ந்து சில மாதங்கள் உன் எண்ணங்களைத் தூய்மையாகவும், தூக்கத்திலும் எந்தவொரு பயமுறுத்தும் கனவும் இல்லாமல் பார்த்துக் கொண்டால், நீ எதைத் தொட்டாலும் அதன் பயம் சுத்தமாகப் போய்விடும். இருபது வருடங்கள் எண்ணம், செயல், கனவு என்று எதிலும் பயமே காணாத நான் என் கைகளில் ஏந்தியதால் உங்கள் புறா இப்போது பயம் இல்லாது இருக்கிறது. இப்போது உங்கள் புறா பாதுகாப்பாக இருக்கிறது. அதற்கு எந்தவொரு ஆபத்தும் வராது' என்றார்.

அடித்துப் பேசாமல், அமைதியான உறுதியோடு வந்து விழுந்த அவர் வார்த்தைகளைக் கொண்டு, வண்ணக்கழுத்துப் புறா நிஜமாகவே பாதுகாப்பாக இருந்தான் என்பதை உணர்ந்தேன். நேரத்தை வீணாக்காமல், புத்தரின் பக்தர்களிடம் விடைபெற்றுக் கொண்டு, தெற்கு நோக்கி நகர்ந்தேன். லாமாக்கள் சொல்வது சரியென்றே நம்புகிறேன். ஒவ்வொரு நாள் காலையிலும் மற்றவர்களுக்காக நீங்கள் பிரார்த்தனை செய்தால், அவர்கள் அந்நாளைத் தூய்மையான, தைரியமான, அன்பு நிறைந்த எண்ணங்களோடு தொடங்க உதவ முடியும்.

இப்போது நாங்கள் டெண்டாம் நோக்கி வேகமாக இறங்கினோம். நாங்கள் போகப் போக இடங்கள் வெப்பமாகிக் கொண்டே வந்தன. அதோடு அவ்விடங்களின் பரிச்சயமும் கூடியது. அலிஞ்சை செடிகள் கண்ணில் படவில்லை. மேலே, இளஞ்சிவப்பு, பொன், குங்குமச்சிவப்பு, தாமிரம் என்று பல நிறங்களில் இலைகளைத் தொட்டிருந்த இலையுதிர்காலம், இங்கே அத்தனை தீவிரமாக இல்லை. செர்ரி மரங்கள் இன்னமும் பழங்களைத் தாங்கியிருந்தன. மரங்களில் பாசி தாட்டியாகப் படர்ந்திருந்தது. ஊதாவிலும் கருஞ்சிவப்பிலும் பூக்கும் ஆர்கிட்களின் மகரந்தங்களை அந்த மரங்களின் மீது காற்று கொண்டு சேர்த்திருந்தது. பாசியில் அவை உள்ளங்கை அளவுக்கு பர்ப்பிள், ஸ்கார்லெட் என்று செவ்வண்ணங்களில் மலர்ந்திருந்தன.

கொளுத்தும் வெயிலில் வெள்ளை ஊமத்தைச் செடிகள் பனித்திவலைகளாய் வியர்த்திருந்தன. மரங்கள் உயரமாகவும் பயங்கரமாகவும் தோன்ற ஆரம்பித்தன. மூங்கில்கள் வானத்தைக் கிழிக்கும் ஸ்தூபிகள்போல மேல் நோக்கி உயர்ந்திருந்தன. மலைப்பாம்பைப்போல தாட்டியாகக் கொடிகள் எங்கள் பாதையில் படர்ந்திருந்தன. சில்வண்டின் ரீங்காரம் பொறுக்க முடியாத அளவுக்கு உயர்ந்தது. ஜே பறவைகள் மரங்களில் மிழற்றிக் கொண்டிருந்தன. அவ்வப்போது பச்சைக் கிளிகள் தங்கள் மரகத அழகை சூரியன் முன் காட்டிக் காணாமல் போயின. பூச்சிகள் பெருகின. கருப்பு நிறத்தில் வெல்வெட் போன்ற, பெரிய பட்டாம் பூச்சிகள் மலர் விட்டு மலர் தாவிப் பறந்தன. எக்கச்சக்கமான சிறிய பறவைகள், ரீங்காரமிட்டுக் கொண்டிருக்கும் பூச்சிகளை, எண்ண முடியாத அளவுக்குத் தின்று தீர்த்தன. புழுக்களின் கூர்மையான கொடுக்குகளால் கொட்டப்பட்டோம். அவ்வப்போது, எங்கள் வழியில் கடக்கும் சர்ப்பங்களுக்காக நாங்கள் நின்று செல்ல வேண்டியிருந்தது.

எந்த வழியில் மிருகங்கள் வந்து போயிருந்தன என்பது கோண்டுக்கு நன்கு தெரிந்திருந்தது. நன்கு பழக்கப்பட்ட அவருடைய கண்கள் மட்டும் இல்லையென்றால், பாம்போ எருமையா ஒரு பத்து முறையாவது எங்களைக் கொன்றுபோட்டிருக்கும். சிலசமயம், கோண்ட் தன் காதை பூமியில் வைத்துக் கேட்பார். பல நிமிடங்கள் கழித்து, ‘நாம் போகும் வழியில் எருமைகள் வந்து கொண்டிருக் கின்றன. அவை நம்மைக் கடக்கும் வரை காத்திருப்போம்’ என்பார். சீக்கிரமே அவற்றின் கூர்மையான கால் குளம்புகள் மரங்களுக்கு கீழ் வளர்ந்திருக்கும் செடிகளின் ஊடே வருவதைக் கேட்க முடியும்.

கொடூரமான ஓசையோடு, அரிவாள் கொண்டு எங்கள் கால்களின் கீழ் இருக்கும் பூமியை வெட்டிக் கொண்டே வருவது போலிருக்கும். இருந்தும், மதிய உணவுக்காக அரை மணிநேரம் மட்டுமே ஓய்வு எடுத்துக் கொண்டு நாங்கள் தொடர்ந்து சென்றோம்.

கடைசியில் சிக்கிம் எல்லையை அடைந்தோம். அதன் சிறிய பள்ளத்தாக்கு, பழுத்துக் கொண்டிருக்கும் சிவப்பு சிறுதானியங் களுடனும், பச்சை ஆரஞ்சு பழங்களாலும், பொன்னிற வாழைப் பழங்களாலும் ஒளிர்ந்தது. மலையோரங்களில், சாமந்தியும் அதன் மேல் உயரங்களில் மென்மையாகப் பூத்திருக்கும் வயலட் மலர்களும் மினுமினுத்தன.

அப்போது நான் எப்போதும் மறக்கக்கூடாத ஒரு காட்சியைக் கண்டேன். அந்தக் குறுகிய பாதையில் எங்கள் காலடியில், அதிகமான வெப்பத்தால் காற்று பல வண்ணங்களில் ஒளிர்ந்தது. அங்கிருந்து சில கஜங்கள் நகர்ந்திருப்போம். அப்போது இடிச்சத்தம் போல, இமாலய பெஸண்ட்கள் ஒரு மிகப் பெரிய கூட்டமாக உயர்ந்தெழுந்து மேலே பறந்தன. பின்னர், அவை சூடான காற்றில் மயில்களின் கொண்டைகள் போல் எரியும் சிறகுகளில் காட்டுக்குள் பறந்து சென்றன. நாங்கள் சென்றுகொண்டே இருந்தோம். அடுத்த இரண்டு நிமிடங்களில் மற்றுமொரு பறவைக் கூட்டம் மேலே பறந்தது. ஆனால் இவை சேற்றின் நிறத்தில் இருந்தன. குழம்பிப்போய் கோண்டிடம் விளக்கம் கேட்டேன்.

அவர், 'இங்கே சிறுதானியங்களை எடுத்துக்கொண்டு கடந்து போன வண்டிகளை நீ பார்க்கவில்லையா? ஒரு சாக்கு மூட்டையில் ஓட்டை இருந்திருக்கிறது. அது தைக்கப்படுவதற்கு முன், சில கைப்பிடி அளவு தானியங்கள் கீழே இறைந்திருக்கின்றன. பின்னர் இந்தப் பறவைகள் இங்கு வந்திருக்கின்றன, அவற்றைத் தின்று கொண்டிருக்கும்போது நாம் திடீரென்று வந்து, அவற்றைப் பயமுறுத்திப் பறந்தோடவைத்துவிட்டோம்' என்றார்.

அதற்கு நான், 'ஏன் ஆண் பறவைகள் மிக அழகாகவும் பெண் பறவைகள் சேற்றின் நிறத்தில் சிறகுகள் கொண்டதாகவும் இருக்கின்றன? இயற்கை எப்போதுமே ஆண்களுக்கு சாதகமானதாக இருக்கிறதா? ' என்று கேட்டேன்.

கோண்ட் இப்படி விளக்கினார்: 'இயற்கை அன்னை அனைத்துப் பறவைகளுக்கும் தங்கள் எதிரிகளிடமிருந்து ஒளிந்துகொள்ளும் வகையில் நிறங்களைத் தருவதாகச் சொல்லப்படுகிறது. ஆனால், இந்தப் பறவைகளைப் பார். என்ன ஒரு அற்புத அழகு

கொண்டிருக்கின்றன, ஒரு குருடனால்கூடஇவற்றைக் கண்டுபிடித்து கொன்றுவிடமுடியுமில்லையா?'

'அவர்களால் முடியுமா?' என்று ரட்ஜா ஆச்சரியமாகக் கேட்டான்.

'இல்லை, உன் வயதுக்கு மீறிய எச்சரிக்கை உணர்வு உனக்கு இருக்கிறது. உண்மையான காரணத்தைச் சொன்னால், அவை எப்போதும் மரங்களிலேயே வாழும். பூமி மிகச் சூடாகும் வரை கீழே வராது. நம்முடைய உஷ்ணமான இந்தியாவில் பூமிக்கு இரண்டு இன்ச் மேலே காற்று பொரிவதால், காற்று ஆயிரக் கணக்கான வண்ணங்களைக் கொண்டு ஆடும். பெஸண்ட்களின் இறக்கை வண்ணமும் அதுபோலவே இருக்கும். நாம் அவற்றைப் பார்க்கும்போது, நாம் பறவைகளைப் பார்ப்பதில்லை. மாறாக, பறவைகளை முழுவதும் உருமறைத்துவிடும் பல வண்ணம் கொண்ட காற்றையே நாம் பார்க்கிறோம். அவை சாலையின் ஒரு பகுதி என்று நினைத்துக் கொண்டு தான் சற்று முன்பு கிட்டத்தட்ட அவற்றை நாம் மிதித்திருப்போம்' என்றார் கோண்ட்.

'அது எனக்குப் புரிகிறது,' என்று பணிவுடன் தொடர்ந்து கேள்வி கேட்டான் ராட்ஜா. 'ஆனால் பெண் பறவைகள் ஏன் சேறு போல் இருக்கின்றன, அவை ஏன் ஆண் பறவைகளுடன் இணைந்து பறந்து போகவில்லை?'

கோண்டும் தயங்காமல் பதில் சொன்னார். 'எதிரி நெருங்கி வந்து திடுக்கிடச் செய்யும்போது, ஆண் பறவை எதிரியை நோக்கிப் பறக்கும். இதில் வீரம் ஒன்றும் இல்லை. பெண்களின் இறக்கைகள் அத்தனை வலுவானதில்லை. மேலும், அவை மண் நிறத்தில் இருப்பதால், தன் இறக்கைகளைத் திறந்து அவற்றுக்கடியில் தன் குஞ்சுகளை மறைத்துக் கொண்டு, தரையோடு தரையாகப் படுத்துவிடும். பூமியின் நிறத்துக்கும் அதற்கும் வித்தியாசமே தெரியாது. எதிரி தான் கொன்ற ஆண் பறவையின் உடலைத் தேடிப் போகும்போது, பெண் பறவைகள் தம் குழந்தைகளோடு பக்கத்திலிருக்கும் புதருக்குள் ஓடி ஒளிந்து கொண்டுவிடும். குஞ்சுகள் தங்களுடன் இல்லாதபோதும், அம்மா பறவை தனியாகச் சிறகுகளை விரித்து, தன் குஞ்சுகளைக் காப்பது போன்ற பாவனையில் படுத்துக்கொள்ளும். தியாகம் என்பது அவற்றுக்கு பழக்கமாகவே ஆகிவிடுகிறது. குஞ்சுகள் இருக்கிறதோ இல்லையோ, பழக்க தோஷத்தில் தங்கள் சிறகுகளை விரித்துக் கொள்ளும். அதைத் தான் நாம் அவற்றை நோக்கி வரும்போது அவை செய்து கொண்டிருந்தன. பிறகு நாம் தொடர்ந்து நடந்து

வருவதைப் பார்த்தும் தாங்களைப் பாதுகாக்க யாருமில்லை என்பது உணர்ந்தும் அவை பறந்தன. என்ன இருந்தாலும் பறப்பதில் அவற்றுக்கு சாமர்த்தியம் போதாது.'

அந்தி நெருங்கிவர சிக்கிமின் பெரிய மனிதர் ஒருவரின் வீட்டில் அடைக்கலம் புகுந்தோம். அவருடைய மகன் எங்களுடைய நண்பன். அங்கு வண்ணக்கழுத்துப் புறாவின் சுவடுகளைப் பார்த்தோம். அவன் பலமுறை அவர்கள் வீட்டுக்கு வந்திருக்கிறான். எனவே, அவனுக்குப் பழக்கமான இடத்தைக் கண்டவுடன், அங்கு சென்று சிறுதானியங்களை உண்டு, தண்ணீர் குடித்து, குளித்தும் இருக்கிறான். தன் இறக்கைகளையும் ஒழுங்குபடுத்திக் கொண்டிருக்கிறான். அப்போது அவன் உதிர்த்த இரண்டு நீல இறகுகளை அவற்றின் அழகுக்காக என் நண்பன் எடுத்து வைத்திருந்தான். அவற்றைப் பார்த்தவுடனே, என் மனம் மகிழ்ச்சியில் துள்ளியது. அந்த இரவு பூரண அமைதியுடனும் மனநிறைவுடனும் தூங்கினேன். நன்றாகத் தூங்கியதற்கு இன்னொரு காரணமும் உண்டு. அடுத்த நாள் இரவைக் காட்டில் கழிக்க வேண்டும் என்பதால், எங்களை நன்றாகத் தூங்கச் சொல்லியிருந்தார் கோண்ட்.

அடுத்த இரவு, அடர்ந்த காட்டில் மரத்தின் உச்சியில் உட்கார்ந்திருந்த போது என்னுடைய சிக்கிம் நண்பனின் வீட்டையும் அதன் சவுகரியங்கள்பற்றியும் பலமுறை நினைத்துப் பார்த்துக் கொண்டிருந்தேன்.

நாள் முழுக்க நடந்துவிட்டு, பயங்கரமான காட்டின் மத்தியில் இருக்கும் ஒரு மிகப் பெரிய ஆலமரத்தில் அன்றைய இரவைக் கழிப்பதை யோசித்துப் பாருங்கள். பொதுவாக, உயரமான இடங்களில் ஆலமரம் வளர்வதில்லை என்பதால், அந்த மரத்தைக் கண்டுபிடிக்க அரைமணி நேரத்துக்கும் சுற்று கூடுதலாகவே ஆனது. ஒரு யானை பின்னோக்கி நடந்துவந்து தாக்கும்போது, மரம் உடைந்து விடாதபடிக்கு அது தண்டியான மரமாக இருக்க வேண்டும். இப்படித்தான் சில பெரிய மரங்களை யானைகள் சாய்த்துவிடுகின்றன. எனவே, நாங்கள் உயரமான மரத்தைத் தேட வேண்டியிருந்தது. ஒரு யானையின் தும்பிக்கைக்கு உச்சிக்கிளைகள் எட்டாத அளவு உயரமாகவும், இரண்டு யானைகள் சேர்ந்து இரட்டிப்பு பலத்துடன் தள்ளினாலும் உடைக்க முடியாதபடிக்கு பருமனாகவும் இருக்கும் மரத்தைத் தேடினோம்.

கடைசியில் நாங்கள் விரும்பியபடியே ஒரு மரத்தைக் கண்டுபிடித்தோம். ஒரு மனிதனின் முதுகளவுக்குத் தடிமனாகப்

பரந்து விரிந்திருந்த கிளைகள் கொண்ட மரத்தை அடைந்தோம். அங்கு, ரட்ஜா கோண்டின் தோளில் ஏறி நின்றான். நான், அவனுடைய தோளில் நின்று அந்தக் கிளைகளில் ஒன்றின்மீது ஏறி அமர்ந்து கொண்டேன். அங்கிருந்து, நாங்கள் இதைப் போன்ற பயணங்களில் அவசரத்துக்கு உதவும் என்று கையோடு கொண்டு போகும் கயிற்று ஏணியைக் கீழே இறக்கினேன். முதலில் ரட்ஜா ஏறி என் பக்கத்தில் உட்கார்ந்தான். அடுத்து கோண்ட் ஏறி எங்களுக்கு நடுவே உட்கார்ந்து கொண்டார். இப்போது, எங்களுக்குக் கீழே கோண்ட் நின்றிருந்த இடம், நிலக்கரிச் சுரங்கத்தின் மையப்பகுதி போல இருண்டிருந்தது. ஆனால், அங்கு இரண்டு பச்சை விளக்குகள் ஒன்றுக்கொன்று நெருக்கமாகத் தெரிந்தன. அவை யாருடையவை என்பது எங்களுக்கு நன்றாகவே தெரியும். 'நான் இன்னும் இரண்டு நிமிடங்கள் தாமதித்திருந்தால்போதும், கோடு போட்டவன் என்னைக் கூறு போட்டிருப்பான்' என்று கோண்ட் விளையாட்டாகச் சொன்னார்.

தன் இரை தப்பித்துவிட்டதைப் பார்த்த புலி, காற்றைச் சாபத்தால் பொசுக்குவதுபோல், இடியாய் உறுமியது. உடனடியாகப் பதற்றமான ஒரு மௌனம் விழுந்து, எல்லாப் பூச்சிகளின் சப்தங்களையும், சின்ன விலங்குகளின் சப்தங்களையும் நசுக்கி விட்டது. மௌனம் மேலும் இறங்கிப் பூமியில் ஆழமாகப் புதைந்து, மரங்களில் வேர்களைப் பிடித்துக்கொண்டதுபோல் தோன்றியது.

உட்கார்ந்திருந்த இடத்தில் எங்களைப் பத்திரப்படுத்திக் கொண்டோம். மிகவும் நெகிழ்வான கயிறு ஏணியை கோண்ட் தன் மீது சுற்றிக்கொண்டு பின்னர் ரட்ஜாவையும் என்னையும் சுற்றிவிட்டு, மீதியை மரத்தின் பிரதான தண்டில் கட்டினார். ஒவ்வொருவராக எங்கள் எடையை அது தாங்குமா என்று சோதித்துப் பார்த்தோம். தூக்கத்தில் எங்கள் குழுவில் யாரும் காட்டுத் தரையில் விழுந்துவிடக் கூடாது என்பதற்காக இந்த முன்னெச்சரிக்கை ஏற்பாடு. தூங்கும்போது உடம்பு தளர்ந்து போய் கல்போலக் கீழே விழுவதுதானே இயல்பு.. கடைசியாக நித்திரை அழுத்தும்போது, கோண்ட் தன் கைகளை எங்களுக்குத் தலையணை போல் முட்டுக் கொடுத்து வைத்துக் கொண்டார்.

தேவையான முன்னேற்பாடுகளைச் செய்துவிட்ட பின், இப்போது எங்கள் மொத்த கவனத்தையும் எங்கள் மரத்தின் கீழே நடக்கும் விஷயங்களில் செலுத்தினோம். எங்கள் மரத்துக்கு கீழேயிருந்து புலி மறைந்துவிட்டது. பூச்சிகள் மறுபடியும் சத்தம் போட ஆரம்பித்திருந்தன. ஆனால், அவ்வப்போது ஏதாவது பெரிய

உருவங்கள் தூரத்தில் இருக்கும் மரங்களிலிருந்து தொப்பென்று மெல்லதிர்வோடு குதித்து இறங்கும்போது, தங்கள் சத்தத்தைச் சில நொடிகள் நிறுத்திக் கொண்டன. குதித்தவை, சிறுத்தைகளும் கருஞ்சிறுத்தைகளும். நாளெல்லாம் மரங்களின் மீது உறங்கிவிட்டு இப்போது இரவில் வேட்டைக்காகக் கீழே தாவுகின்றன.

அவை போன பின்பு, தவளைகள் பாடின. பூச்சிகள் தொடர்ந்து ரீங்காரமிட்டன, ஆந்தைகள் அலறின. வைரத்தைப் போல் ஒலியின் பல்லாயிரம் முகங்களும் திறந்துகொண்டன. காக்கப்படாத கண்களுக்குள் பாயும் சூரியக் கிரணங்கள்போல, காதுக்குள் சப்தங்கள் துளைத்துச் சென்றன. தனக்கு முன்னால் இருக்கும் எதையும் நொறுக்கி உடைத்துக்கொண்டு ஒரு காட்டுப் பன்றி சென்றது. சீக்கிரமே தவளைகள் தங்கள் சத்தத்தை நிறுத்தின. கீழே தரையில், உயரமான புற்களும் மரங்களின் கீழ் வளர்ந்திருக்கும் செடிகளும் தானியக் குவியல் எழுவதைப் போல் சத்தம் எழுப்பி, பின்பு பெருமூச்சுபோல ஓய்ந்தன. சுழலும் கொடும் நீர்ச்சுழியைப் போல, அந்த மெல்லிய பெருமூச்சு சுழன்றபடிக் கொஞ்சம் கொஞ்சமாக நெருங்கிவந்து, நாங்களிருந்த மரத்தைத் தாண்டிச் சென்றது. தப்பித்தோம். தண்ணீர் குடிக்கச் செல்லும் ஒரு மலைப் பாம்புதான் அது. மரத்தின் பட்டைபோலவே அசையாமல் நாங்கள் அதன் மீது ஒட்டி அமர்ந்திருந்தோம். எங்களுடைய மூச்சுச் சத்தம் எங்கள் இடத்தை அந்தப் பயங்கர மலைப்பாம்புக்குக் காட்டிக் கொடுத்துவிடுமோ என்று கோண்ட் பயந்தார்.

சில நிமிடங்கள் கழித்து, சிறிய குச்சிகள் உடையும் சத்தத்தை ஒன்றிரண்டு முறை கேட்டோம். ஒரு மனிதன் தன் கைவிரல்களைச் சொடுக்குப்போடுவதுபோல, மெல்லிய சத்தம். அது ஒரு ஆண் கலைமான். அதன் கொம்புகள் சில கொடிகளில் மாட்டிக்கொண்டு விட்டன. தன்னை விடுவித்துக்கொள்ள அந்தக் கொடிகளை உடைத்துக்கொண்டிருந்தது. அதுபோய் அதிக நேரம் இருக்காது. காடு ஏதோ எதிர்பார்ப்பில் இறுக்கமானது. சத்தங்கள் அடங்கத் துவங்கின. ஒரே நேரத்தில் நாங்கள் கேட்ட பத்துப் பன்னிரெண்டு சத்தங்களில், இப்போது மூன்று மட்டுமே எஞ்சியிருந்தன. பூச்சிகளின் டிக் டாக் டோக், அந்த மானின் மெல்லிய ஓலம். அந்த மானை, அந்த மலைப்பாம்பு நீரோடைக்கருகில் நெரித்துக் கொண்டிருந்தது என்பதில் சந்தேகமேயில்லை. இவ்விரண்டு சப்தங்கள் தவிர, எங்கள் தலைக்கு மேல், உயரத்தில் வீசிச் சென்ற காற்றின் ஓசை. இப்போது யானைகள் வந்து கொண்டிருந்தன. ஐம்பது யானைகள் கொண்ட கூட்டமொன்று, எங்கள் இடத்துக்குக்

கீழே வந்து விளையாடின. பெண் யானைகளின் கீச்சென்ற சத்தமும் ஆண் யானைகளின் உறுமலும் குட்டியானைகளின் ரன் ரன் சத்தமும் காற்றை நிரப்பின.

அதன் பிறகு என்ன நடந்தது என்பது எனக்கு நினைவில்லை. நான் கண்ணைத் திறந்துகொண்டே தூங்க ஆரம்பித்துவிட்டேன். அந்த நிலையில், வண்ணக்கழுத்துப் புறாவிடம் புறாக்களின் மொழியில் நான் பேசிக்கொண்டிருப்பது போலிருந்தது. தூக்கமா கனவா என்ற ஆழமான குழப்பத்தில் இருந்தேன். யாரோ என்னை உலுக்கி எழுப்பிவிட்டார்கள். 'உன்னை என்னால் இனிமேலும் தாங்கிக் கொள்ள முடியாது. எழுந்திரு! பிரச்னை வரப்போகிறது. மதம் பிடித்த யானை ஒன்று இங்கேயே தங்கிவிட்டது. அது தொல்லை கொடுக்கப்போகிறது. அது தும்பிக்கையை நீட்டினால் தொட முடியாத உயரத்திலெல்லாம் நாம் இல்லை. தன் தும்பிக்கையை நீட்டினால் முகர்ந்து பார்த்தே நாம் இருப்பதைத் தெரிந்து கொண்டுவிடும். காட்டு யானைகளுக்கு மனிதர்களைப் பிடிக்காது. நம் மீது பயம் வேறு. நம் வாசனையைக் கண்டுவிட்டால், நாம் எங்கே இருக்கிறோம் என்பதைக் கண்டுபிடிக்க நாள் முழுக்க இங்கேயே இருந்துவிடும். முழுச்சுக்கோ! எதிரி தாக்குவதற்கு முன், விழிப்பென்னும் ஆயுதம் ஏந்தி நில்' என்று கோண்ட் கிசுகிசுத்த போது திகைத்துவிட்டேன்.

அது யானை தான் என்பதில் சந்தேகம் இல்லை. விடியலின் மங்கிய வெளிச்சத்தில், சின்னக் குன்றுபோல ஒன்று கருப்பாக எங்கள் மரத்துக்குக் கீழே நகர்வதைப் பார்க்க முடிந்தது. ஒவ்வொரு மரமாகப் போய், இன்னமும் இலையுதிர்காலம் கைவைக்காத சாறுள்ள கிளைகளை உடைத்துக் கொண்டிருந்தது. பேராசை யோடு, அந்தப் பருவத்தில் கிடைத்தற்கரிய உணவை வயிறு முட்டத் தின்று கொண்டிருந்தது. அரைமணி நேரம் கழித்து விசித்திரமான காரியத்தைச் செய்தது. ஒரு பருமனான மரத்தின் கிளை மீது தன் முன்னங்காலைவைத்து, தும்பிக்கையை மேலே ஆட்டியது. அதை அப்படிப் பார்ப்பதற்கு பெரிய மாம்மூத்போல இருந்தது. தன் தும்பிக்கையை மிகப்பெரிதாக நீட்டி கிட்டத்தட்ட மரத்தின் உச்சிக் கொம்பைத் தொட்டு, அங்கிருந்த மிகவும் சுவையான கிளைகளைத் திருகியது. அந்த மரத்தின் நல்ல கிளைகளை மொட்டையடித்த பின்பு, எங்களுக்கு அடுத்திருந்த மரத்துக்கு வந்து, அங்கும் அதே வேலையைக் காட்டியது. இப்போது ஒரு ஒல்லியான மரத்தைத் தன் தும்பிக்கையால் பிடித்து கீழே இழுத்து, தன் முன்னங்காலைத் தூக்கி அதன் மேல் வைத்தது.

தன் எடையால் அதை நொறுக்கிவிட்டது. அந்த மரத்திலிருந்து எவ்வளவு முடியுமோ அவ்வளவு தின்றது. காலை உணவு சாப்பிட்டுக் கொண்டிருக்கையில், அது போட்ட ஆட்டத்தில் பறவைகள், பயத்தில் குழறிக் கொண்டே காற்றில் பறந்தன. குரங்குகள் கதறிக்கொண்டு மரம் விட்டு மரம் தாவி ஓடின.

பிறகு அந்த யானை, உடைந்த மரத்தின் மிச்சத்தின் மீது காலைவைத்து, எங்கள் மரத்தை நோக்கித் தும்பிக்கையை உயர்த்தி, நாங்கள் உட்கார்ந்து கொண்டிருந்த கிளை வரை தொட்டது. எங்கள் கிளையை லேசாகத் தொட்டிருக்கும், மனித வாடையை உணர்ந்துகொண்டு பெரிதாக ஓலமிட்டுத் தன் தும்பிக்கையை இழுத்துக் கொண்டது. தனக்குத் தானே உறுமிப் புலம்பியபின், மீண்டும் தும்பிக்கையை உயர்த்தி கோண்டின் முகத்துக்குப் பக்கத்தில் கொண்டு வந்தது. அப்போது கோண்ட், கிட்டத்தட்ட யானையின் மூக்குக்குள்ளேயே தும்மிவிட்டார். யானை அதிர்ந்து விட்டது. மனிதர்கள் தன்னைச் சூழ்ந்துவிட்டார்கள் என்று நினைத்துக் கொண்டுவிட்டது. பயந்து போன பேயைப்போல, பிளிறிக் கொண்டும் கத்திக் கொண்டும், தனக்கு முன்னால் இருந்ததை எல்லாம் நொறுக்கிக் கொண்டு, காட்டினூடே ஓடியது. மீண்டும், பச்சை நத்தைகள்போலக் கிளிகள், வானத்தில் பறந்தன. குரங்குகள் கத்திக்கொண்டே மரம்விட்டு மரம் தாவின. பன்றிகளும் ஆண் கலைமான்களும் முட்டி மோதிக் கொண்டு கலவரப்பட்டுக் கொண்டு ஓடின. கொஞ்ச நேரத்துக்கு இந்தக் கொந்தளிப்பும் கூப்பாடும் குறையவில்லை. கிளையிலிருந்து இறங்கி வீடு நோக்கிப் போக தைரியம் வரவே கொஞ்ச நேரம் காத்திருக்க வேண்டியிருந்தது.

நல்ல வேளையாக ஒரு நாடோடிக் கூட்டத்தைச் சந்தித்தோம். அவர்களின் குதிரை மீதேறி அன்றிரவு வீட்டை அடைந்தோம். மூன்று பேருமே அடித்துப்போட்டதுபோலச் சோர்வாக இருந்தோம். ஆனால், டெண்டாமில் எங்கள் வீட்டில், வண்ணக்கழுத்துப் புறாவை அவன் கூண்டுக்குள் பார்த்தபோது எங்கள் சோர்வெல்லாம் ஓடிப்போய்விட்டது. என்னவொரு ஆனந்தம்! அன்றிரவு தூங்குவதற்கு முன், அந்த லாமா அமைதியாக, ஆனால் உறுதியாக 'உன் பறவை பத்திரமாக இருக்கிறது' என்று சொன்னதை நினைத்துக்கொண்டேன்.

6

காணாமல் போன வண்ணக்கழுத்துப் புறா

நாங்கள் திரும்பி வந்த அடுத்த நாளே வண்ணக்கழுத்துப் புறாமீண்டும் பறந்து போய்விட்டான். காலையில் போனவன்தான், பிறகு அவனைக் காணவேயில்லை. தொடர்ந்து நான்கு நாட்கள் பதற்றத்துடன் அவனுக்காக நாங்கள் காத்துக் கொண்டிருந்தோம். பிறகு, வருவானா மாட்டானா என்ற சந்தேகம் தாளாமல் நானும் கோண்டும், அவனைத் தேடி உயிருடனோ பிணமாகவோ கண்டுபிடித்துவிடுவது என்ற முடிவோடு புறப்பட்டோம். இந்த முறை எங்களை சிக்கிம்வரை ஏற்றிச் செல்ல, இரண்டு குதிரைகளை அமர்த்திக் கொண்டோம். நாங்கள் கடந்து சென்ற ஒவ்வொரு கிராமத்திலிருந்த மக்களிடமும் வண்ணக்கழுத்துப் புறாவைப் பற்றிக் கேட்டு, அவனுடைய பாதையை உறுதி செய்து கொண்டோம். பெரும்பாலானவர்கள் அவனைப் பார்த்திருந்தார்கள். அவர்களில் சிலர் அவனுடைய தோற்றத்தைக் கச்சிதமாக விவரித்தார்கள். ஒரு வேடன் அவனை பௌத்த மடத்தின் கூரைக்குக் கீழ் இருந்த கூட்டில் ஒரு உழவாரக் குருவிக்குப் பக்கத்தில் பார்த்திருக்கிறார். ஒரு பௌத்த துறவி, சிக்கிமில் காட்டு வாத்துகளின் கூடுகள் கொண்ட நதிக்கரையில் இருக்கும் அவர்களுடைய மடாலயத்துக்குப் பக்கத்தில் அவனைப் பார்த்ததாகச் சொன்னார். மேலும், சமீபமாக இரண்டாம் நாள் மதியும் நாங்கள் கடந்த வந்த கிராமத்தில்,

அவனை உழவாரக் குருவிகளின் கூட்டத்தோடு பார்த்ததாகச் சொன்னார்கள்.

இதுமாதிரியான நல்ல செய்திகள் வழிநடத்த நாங்கள் சிக்கிமின் உயர்ந்த சமநிலத்தை அடைந்தோம். அங்கு மூன்றாம் நாள் இரவு கூடாரம் போட்டுக்கொள்ள வேண்டியதாயிற்று. எங்கள் குதிரைகள் தூக்கக் கலக்கத்தில் இருந்தன. நாங்களும் தான். ஆனால், ஒரு மணிநேரத் தூக்கம் போல் இருந்ததற்குப் பிறகு, எல்லாவற்றின் மீதும் படிந்திருந்த ஒருவிதமான பதற்றத்தினால் நான் விழித்துக் கொண்டேன். பொதி சுமக்கும் இரண்டு மிருகங்களும் விரைத்துக் கொண்டு நிற்பதைக் கண்டேன். நெருப்பின் ஒளியிலும், உயர்ந்திருந்த பாதி அரைநிலவின் ஒளியிலும், அவற்றின் காதுகள், கவனமாகக் கேட்கும் நோக்கத்தில் விரைத்துக் கொண்டு நின்றன. அவற்றின் வால்கள்கூடஅசையவில்லை. நானும் கூர்ந்து கேட்டேன். அந்த இரவின் அமைதி வெறும் சத்தமின்மை மட்டுமல்ல. அது அதையும் தாண்டியது என்பதில் எந்த சந்தேகமும் இல்லை. அமைதி என்பது வெறுமையானது. ஆனால், எங்கள் முன்னால் இருந்த அந்த அமைதியானது முழுக்க முழுக்க அர்த்தம் கொண்டிருந்தது. நிலாவொளியை அணிந்து வரும் ஒரு கடவுள், நான் கைநீட்டினால் அவரது ஆடையைத் தொட்டுவிடும் தூரத்தில் அளவு நெருக்கத்தில் வருவதுபோல அந்த அமைதி இருந்தது.

உடனே குதிரைகள், அப்போது நிசப்தத்தின் ஊடே மெதுவாக யாருக்கும் தெரியாமல் கடந்து சென்ற ஒரு சத்தத்தின் எதிரொலியைப் பிடிப்பதற்காகத் தங்கள் காதுகளைத் தீட்டிக் கொண்டன. பெரும் தெய்வம் கடந்து சென்றிருக்க வேண்டும். இப்போது, பதற்றமான சூழல் கரைந்து ஒரு அறிமுகமில்லாத அறிமுகமற்ற சூழல் உருவானது. புற்களின் நுண் அசைவுகளைக் கூட உணர முடிந்தது. அதுவும் கூடத் தற்காலிகமானது கணப்பொழுதுதான். குதிரைகள் இப்போது வடக்கிலிருந்து எழும் புதிய சத்தத்தைக் கேட்டன. தங்கள் முயற்சியில் ஒவ்வொரு நரம்பையும் சிரமப்படுத்தி இறுக்கிக்கொண்டு செவிகூர்ந்தன. கடைசியில் என்னாலும் அதைக் கேட்க முடிந்தது. ஒரு குழந்தை தூக்கத்தில் கொட்டாவி விடுவதைப்போல ஒரு சத்தம். மீண்டும் நிசப்தம் வந்தது. பிறகு ஒரு பெருமூச்சு, ஆழமாக இழுத்து விடப்பட்டது, ஒரு கெட்டியான பச்சை இலை சலனமில்லாத தண்ணீரில் மெதுவாக மூழ்குவதுபோல, காற்றோடு ஓடி கீழே இன்னும் கீழே அமிழ்ந்தது. பிறகு வானத்தை நோக்கி யாரோ

பிரார்த்தனை செய்வதைப்போல, அடிவானத்தில் ஒரு முணுமுணுப்பு எழுந்தது. ஒரு நிமிடம் கழித்து, குதிரைகள் தங்கள் காதுகளைத் தளர்த்திக் கொண்டு, வால்களையும் ஆட்டின. நானும் இலகுவாக உணர்ந்தேன். ஓ! ஆயிரக்கணக்கான கீஸ் வாத்துகள் மேற்காற்றில் பறந்தன. எங்களிடமிருந்து சுமார் நாலாயிரம் அடி உயரத்தில் அவை பறந்தன. ஆனால், நான் அறிந்துகொள்வதற்கு வெகு முன்னரே, குதிரைகள் அவற்றின் வருகையைக் கேட்டுவிட்டன.

கீஸ் வாத்துகளின் வருகை, சீக்கிரமே விடியப் போவதை உணர்த்தின. நான் எழுந்து உட்கார்ந்து கொண்டு பார்த்தேன். நட்சத்திரங்கள் ஒன்றன்பின்ஒன்றாக அஸ்தமித்தன. குதிரைகள் மேயத் துவங்கின. இரவு கடந்துவிட்டபடியால் அவற்றை நெருப்புக்குப் பக்கத்தில் கட்டி வைக்க வேண்டிய தேவை இல்லை. அவற்றின் கயிறுகளைத் தளர்த்திவிட்டேன்.

அடுத்த பத்து நிமிடங்களில், விடியலில் ஆழ்ந்த நிசப்தம் எல்லா வற்றையும் தன்னுடைய பிடியில் வைத்திருந்தது. எங்கள் இரண்டு குதிரைகளிடமும் அதன் தாக்கம் இருந்தது. இந்த முறை, அவை இரண்டும் தங்கள் தலையை உயர்த்திக் கேட்பதைத் தெளிவாகக் காண முடிந்தது. என்ன சத்தத்தை அவை கேட்க முயல்கின்றன? நான் அதிக நேரம் காத்திருக்க வேண்டியிருக்கவில்லை. பக்கத்தில் ஒரு மரத்தில் ஒரு பறவை தன்னை உலுக்கிக் கொண்டது. பிறகு மற்றொரு கிளையிலிருந்து மற்றொரு பறவை. அவற்றில் ஒன்று பாடியது. அதுவொரு பாட்டுக் குருவி. அதன் சத்தம் மொத்த இயற்கையையும் எழுப்பியது. மற்ற சிட்டுக் குருவிகளும் கிறீச்சிட்டன. பிறகு மற்ற பறவைகள். அதற்குப் பிறகு மேலும் பல பறவைகள் கிறீச்சிட்டன. இப்போது குருடாக்கிவிடும் வேகத்தில், வடிவங்களும் வண்ணங்களும் வெளிச்சத்துக்கு வந்தன. வெப்ப மண்டலத்தின் விடியல் இப்படியே வேகமாகக் கழிந்தது. கோண்ட் தன்னுடைய பிரார்த்தனைகளைச் செய்ய எழுந்தார்.

அன்று எங்கள் அலைச்சல், எங்களை சிங்காலியாவுக்குப் பக்கத்திலிருந்த ஒரு மடாலயத்துக்குக் கொண்டு சேர்த்தது. இந்த மடாலயம்பற்றி நான் முன்னரே சொல்லியிருக்கிறேன். வண்ணக் கழுத்துப் புறாவைப்பற்றிய அனைத்து செய்திகளையும் அந்த லாமாக்கள் மகிழ்ச்சியோடு எங்களிடம் பகிர்ந்து கொண்டார்கள். அதற்கு முந்தைய நாள் மதியம், மடாலயத்தின் கூரைக்குக் கீழ் தங்கியிருந்த வண்ணக்கழுத்துப் புறாவும் உழவாரக் குருவிக் கூட்டமும் தெற்கு நோக்கிப் பறந்து போனதாகத் தெரிவித்தார்கள்.

மீண்டும் லாமாக்களின் ஆசீர்வாதங்களோடு, அவர்களுடைய சிறந்த விருந்தோம்பல் கொண்ட சத்திரத்துக்கு விடை கொடுத்து விட்டு வண்ணக்கழுத்துப் புறாவைத் தேடிப் புறப்பட்டோம். கடைசியாகத் திரும்பிப் பார்க்கும்போது, மலைகள் தீப்பந்தங்கள் போல் எங்களுக்குப் பின்னால் எரிந்து கொண்டிருந்தன. இலையுதிர்கால மரங்கள் வண்ணங்களில் மிளிர்ந்தன. பொன், ஊதா, பச்சை, குங்குமச் சிவப்பு நிறங்கள் எங்களுக்கு முன்னால் இருந்தன.

7

வண்ணக்கழுத்துப் புறாவின் கதை

முந்தைய பகுதியில், எந்த வழியாகச் சென்று வண்ணக்கழுத்துப் புறா மீட்கப்பட்டதோ, அந்த இடங்களையும் சம்பவங்களையும் பற்றி மிகக் குறைவாகவே சொல்லியிருந்தேன். நாங்கள் தேடிய பத்து நாட்களில், முதல் நாளிலேயே வண்ணக்கழுத்துப் புறாவின் பாதையை கோண்ட் கச்சிதமாகக் கண்டுபிடித்துவிட்டார். ஆனால், அதைப்பற்றித் தெளிவாகவும் கோர்வையாகவும் தெரிந்துகொள்ள வண்ணக்கழுத்தே தன் சாகசப் பயணத்தை விவரித்தால் நன்றாக இருக்கும். கனவின் இலக்கணத்தையும் கற்பனையின் அகராதியை யும் வைத்துக்கொண்டால், அவனைப் புரிந்துகொள்வது நமக்குக் கடினமில்லை.

நகரத்துக்குத் திரும்புவதற்காக, அக்டோபர் மாத மதியத்தில் டார்ஜிலிங்கிலிருந்து ரயில் ஏறியபோது வண்ணக்கழுத்துப் புறா தன்னுடைய கூண்டில் உட்கார்ந்து கொண்டு, தான் காணாமல் போன கதையை, டெண்டாமிலிருந்து சிங்காலியாவுக்குப்போய் திரும்ப வந்த கதையைச் சொல்லத் துவங்கினான்.

'பல மொழிகளை அறிந்தவரே, மனிதர்களின் மொழியையும் விலங்குகளின் மொழியையும் அறிந்த மாயவரே, என் கதையைக் கேளுங்கள். ஒரு பறவையின், தடுமாறும் சுற்றித் திரியும் விவரிப்பைக் கேளுங்கள். நதியின் வேர்கள் மலையில் இருப்பது போல, என்னுடைய கதையும் மலைகளில் தொடங்குகிறது.

‘கழுகுகளின் கூட்டுக்கு அருகே, பொல்லாத பருந்தின் நகங்கள் என் அம்மாவைத் துண்டு துண்டாகக் கிழித்ததை நான் கண்டபோது, விரக்தியில் செத்துப்போகவே முடிவு செய்துவிட்டேன். ஆனால், இந்த மோசக்காரப் பறவைகளின் நகங்களில் சிக்கி அல்ல; இரையாவதென்றால், காற்றின் அரசனுக்கு இரையாவேன் என்று கழுகுகளின் கூண்டுக்குப் பக்கத்தில் இருக்கும் விளிம்பில் சென்று உட்கார்ந்து கொண்டேன். ஆனால், அவை என்னை ஒன்றும் செய்யவில்லை. அவற்றின் வீடே துக்கத்தில் இருந்தது. அவற்றின் அப்பா, பொறிவைத்துப் பிடிக்கப்பட்டுக் கொல்லப்பட்டுவிட்டார். அம்மாவோ, பெஸண்ட்களையும் முயல்களையும் பிடிக்க வெளியே போயிருந்தார். கழுகுக் குஞ்சுகள், இதுவரை தங்களுக்காகக் கொல்லப்பட்டதை மட்டுமே சாப்பிட்டிருந்ததால், உயிரோடு இருக்கும் என்னைக் கொன்று சாப்பிடும் துணிச்சல் அவற்றுக்கு வரவில்லை. கடந்த சில நாட்களில் நான் நிறைய கழுகுகளைப் பார்த்துவிட்டேன். ஆனால், ஏன் எதுவும் என்னைத் தாக்கவில்லை என்பது தெரியவில்லை.

‘பிறகு என்னைப் பிடித்துக் கூண்டில்போட நீ வந்தாய். மனிதர்களோடு இருக்கும் மனநிலையில் நான் இல்லை. அதனால் பறந்துவிட்டேன். என்ன நடந்தாலும் நடக்கட்டும் என்று பறந்தேன். ஆனால் உன்னுடைய நண்பர்களையும் அவர்களின் இடங்களையும் நினைவில் வைத்திருந்தேன். டெண்டாமுக்குத் தெற்கே போகும் வழியில் உள்ள ஒரு நண்பர் வீட்டில் தங்கினேன். நான் பறந்த இரண்டே நாட்களில், ஒரு நாள் புதியதாக இறக்கை முளைத்திருந்த பருந்து ஒன்று என்னைத் தாக்கியது. அதன் வாழ்நாளிலேயே மிக மோசமான தோல்வியைக் கொடுத்தேன். இப்படித்தான் அந்த சம்பவம் நடந்தது.

ஒரு நாள் காலை சிக்கிமுக்குக் கீழே மரங்களுக்கு மேலே பறந்து கொண்டிருந்தபோது, தலைக்கு மேல் காற்று கிறீச்சிடுவதைக் கேட்டேன். இப்போது அது என்னவென்று புரிந்து விட்டது, உடனே ஒரு தந்திரம் செய்தேன். சடாரென்று நின்றுவிட்டேன். என் மீது பாய்ந்து வந்த பருந்து, குறி தவறி மரங்களின் உச்சியைத் தன் சிறகுகளால் உரசிக்கொண்டு கீழே போய்விட்டது. நான் மேலே உயர்ந்து வேகமாகப் பறந்தேன். அதுவும் விடாமல் தொடர்ந்தது. பிறகு நான் காற்றில் வட்டமடிக்கத் துவங்கினேன். நான் இன்னும் மேலே பறந்தேன். என் நுரையீரல் சுவாசிக்க முடியாத அளவுக்கு உயரமாகப் பறந்தேன். அதனால், நான் மீண்டும் கீழிறங்க வேண்டியதாயிற்று.

‘நான் கீழே இறங்கி ரொம்ப நேரம் இருக்காது, அந்தப் பருந்து பயங்கரமாகக் கத்திக் கொண்டும், கிறீச்சிட்டுக் கொண்டும் என் மீது விழுந்தது. அதிர்ஷ்டவசமாக, அந்த இடத்தில் என் வாழ்வில் முதல் முறை, என் அப்பா செய்ததைப்போல, குட்டிக்கரணம் அடிக்க முயற்சி செய்தேன். வெற்றிகரமாக இரட்டைக் குட்டிக்கரணம் அடித்துவிட்டு, நீரூற்றுபோல மேலே ஏறினேன். மீண்டும் குறியைத் தவறவிட்ட பருந்து, தாக்குவதற்காக மேலே ஏறியது. ஆனால், அதற்கு எந்த வாய்ப்பையும் நான் கொடுக்கவில்லை. நான் அதை நோக்கிப் பறந்தேன். அதைக் கடக்கும்போது, அது கீழே இறங்கி, பின் மேலேறி என்னைப் பிடிக்க வந்தது. மீண்டும் நான் குட்டிக்கரணம் போட்டு, அதன் மீது மோதினேன். அது தன் சமநிலையை இழந்துவிட்டது. என்ன நடந்தது என்று எனக்குத் தெரியவில்லை. ஆனால், அந்த நொடியில் என்னவோ ஒன்று பூமியை நோக்கி என்னை இழுத்தது. என் இறக்கைகள் சக்தியை இழந்தன. ஒரு கழுகைப்போல, பலமாகவும் தவிர்க்கமுடியாமலும், வீழ்ந்தேன். என் முழு எடையோடு அந்தப் பருந்தை மண்டையில் மோதினேன். அந்த அடி அதை நிலைகுலையச் செய்துவிட்டது என்று நினைக்கிறேன். அதுவும் கீழே விழுந்து, மரங்களுக்கு இடையே காணாமல் போய்விட்டது. நான் ஒரு ஐலக்ஸ் மரத்தின் கிளையில் சிக்கிக் கொண்டதே நிம்மதியாக இருந்தது.

‘ஒரு காற்றுச் சுழல் என்னைக் கீழே இழுத்திருக்கிறது. அந்த முதல் அனுபவத்துக்குப் பிறகு, அதைப்போலப் பல முறை சுழல்களைச் சந்தித்திருக்கிறேன். ஆனால், ஏன் சில வகையான மரங்களுக்கு மேலேயும், நீரோடைகளுக்கு மேலேயும் காற்று அதிகமாகக் குளிர்ந்து, ஒரு சுழலை உண்டாக்கி, அதை எதிர்கொள்ளும் பறவைகளை உள்ளே இழுக்கிறது என்பது புரியவில்லை. மேலேயும் கீழேயும் அலைக்கழிக்கும் அந்தச் சுழலில் பறக்க நான் கற்றுக்கொள்ள வேண்டியிருந்தது. ஆனால், அவற்றை நான் வெறுக்கவில்லை. ஏனென்றால், நான் சந்தித்த முதல் காற்றுச் சுழல்தான் என் உயிரைக் காப்பாற்றியது.

‘ஐலக்ஸ் மரத்தில் உட்கார்ந்து கொண்டிருந்தபோது, எனக்குப் பயங்கரமாகப் பசித்தது. அந்தப் பசி என்னை வீட்டை நோக்கிப் பறக்கவைத்தது. அதிர்ஷ்டவசமாக, எந்தவொரு இரக்கமற்ற பருந்தும், அம்பைப் போல் பறந்த எனக்குத் தடையாக வரவில்லை.

‘புதிதாக இறக்கை முளைத்த அந்தக் கொலைகாரனிடமிருந்து வெற்றிகரமாகத் தப்பித்த பிறகு என்னுடைய தைரியம் திரும்ப வந்துவிட்டது. நீ வீட்டுக்குத் திரும்பிய உடனே, ‘என் நண்பன்

வந்துவிட்டான். என்னை உயிரோடு பார்த்துவிட்டான். இனி என்னைப்பற்றி வருத்தப்படமாட்டான். ராஜாளிப்பறவைகள் நிறைந்த காற்றில் மீண்டும் பறந்து என் தைரியத்தைச் சோதிக்க வேண்டும்' என்று நினைத்துக் கொண்டேன்.

'என்னுடைய உண்மையான பயணம் இப்போது தான் துவங்குகிறது. கழுகின் கூட்டை நோக்கி வடக்கே பறந்தேன். பிறகு, முன்னர் என்னை ஆசீர்வதித்த பௌத்தத் துறவி இருக்கும் மடாலயத்துக்குச் சென்றேன். அங்கே, என் பழைய நண்பர்களான உழவாரக்குருவி தம்பதியரை மீண்டும் சந்தித்தேன். அங்கிருந்து வடக்கே நகர்ந்து, சிங்காலியாவைத் தாண்டி, கடைசியாகக் கழுகுகளின் பொந்தை அடைந்தேன். அவை அங்கிருந்து பறந்து விட்டிருந்தன. அதனால், நான் அங்கேயே சௌகரியமாகத் தங்கினேன். ஆனால், கழுகுகள் எல்லாவிதமான கழிவுகளையும் தங்கள் கூடுகளிலேயே விட்டுவைத்திருப்பதால் அதிகம் சந்தோஷப் பட முடியவில்லை. அவற்றில் நோய்ப் பூச்சிகள் நிறைந்திருக்கும் என்று பயந்தேன். பகலைக் கழுகுகளின் கூட்டிலேயே கழித்த போதிலும், இரவை இந்தப் பயங்கரமான பூச்சிகளின் தொந்தர வில்லாமல் ஒரு மரத்தில் கழிக்க முடிவு செய்தேன்.

இரண்டு நாட்களுக்கு பிறகு, நான் கழுகுப் பொந்துக்குள் போய் வருவது, மற்ற பறவைகள் மத்தியில் எனக்கொரு கௌரவத்தைப் பெற்றுத் தந்தது. என்னைப் பார்த்து அஞ்சின. ஒருவேளை, என்னைக் கழுகின் ஒருவகை என்று அவை நினைத்துக் கொண்டிருந்ததால் அப்படி இருக்கலாம். பருந்துகள்கூட என்னிடமிருந்து கொஞ்சம் விலகியே இருந்தன. இது எனக்குத் தேவையான தன்னம்பிக்கையைக் கொடுத்தது. ஆக, ஒரு காலையில், வெகு உயரத்தில், தெற்குத் திசை நோக்கி வெள்ளைக் கூட்டமாகவரும் பறவைகளைப் பார்த்தபோது, நான் அவற்றோடு சேர்ந்து கொண்டேன். அவை ஆட்சேபிக்கவில்லை. வெப்பம் நிறைந்த கடலைத் தேடி, சிலோனையும் அதைத் தாண்டியும் பறக்கும் காட்டு கீஸ் வாத்துகள் அவை.

'அந்த வாத்துகள், இரண்டு மணிநேரப் பறத்தலுக்குப் பின், அந்த நாள் வெப்பமாகிவிட, விரைந்து ஓடும் ஒரு மலை ஓடையில் இறங்கின. கழுகுகளைப் போல் குனிந்து பார்க்காமல் அவை அடிவானத்தையே பார்த்துக் கொண்டிருந்தன. எப்போதாவது தான் கீழே பார்த்தன. ஆனால் தொலைவானில் வெண்நீலத்தில் தெரிந்த சிறிய நாடாவை அவை கவனித்துவிட்டன. மெதுவாக இறங்கும்

நேர்க்கோட்டில் அதை நோக்கிப் பறந்து சென்றன. பூமியே எழுந்துவந்து எங்களைச் சந்திக்க வருவது போல் இருந்தது.. அனைத்தும் வெள்ளி ஓடையில் பாய்ந்தன. இப்போது, தண்ணீர் நீலமாக இல்லாமல் வெள்ளிபோல மின்னியது. அவை தண்ணீரில் மிதந்தன. என்னுடைய கால்கள் நீந்துவதற்கு ஏற்றவை அல்ல என்று எனக்குத் தெரியும். அதனால், ஒரு மரத்தில் உட்கார்ந்து கொண்டு அவற்றின் விளையாட்டுகளைப் பார்த்துக் கொண்டிருந்தேன். இந்த வாத்துகளின் அலகுகள் எத்தனை தட்டையானவை எத்தனை அசிங்கமானவை என்பது உங்களுக்குத் தெரியும். ஆனால், அதற்கான காரணத்தை இப்போது நான் தெரிந்து கொண்டேன். கரைகளில் வளரும் சிப்பிகள் போன்றவற்றைப் பிடிக்க, அலகுகளை இடுக்கிகள்போல அவை பயன்படுத்தின. ஒவ்வொரு முறையும் ஒரு வாத்து தன்னுடைய அலகுகளைக் கொண்டு செடிகளையோ சிப்பிகளையோ பிடித்து, ஒரு கசாப்புக் கடைக்காரன் வாத்தின் தலையைத் திருகுவதுபோலத் திருகிப் பிய்த்துவிடும். பிறகு தன்னுடைய இரையை மொத்தமாகத் தொண்டையில் போட்டு வலுவாக மென்று அரைத்து துவம்சம் செய்துவிடும். உணவுக் குழாய்க்குள் கொஞ்ச தூரம் போவதற்கு முன்னாலேயே, அதன் உருவம் ஒன்றுமில்லாததாகிவிடும்.

வேறொரு வாத்து செய்தது இதை விட மோசம். கரையோரத்தில் இருந்த ஒரு பொந்தில் ஒரு மீனைக் கண்டுவிட்டது. தண்ணீர்ப் பாம்பைப் போன்ற ஒல்லியான மீன் அது. அதை இழுக்கத் தொடங்கியது. இழுக்க இழுக்க, அது ஒல்லியாகவும் நீளமாகவும் ஆனது. மெதுவான, ஆனால் பயங்கரமான இழுபறி போராட்டத்துக் குப்பின் அதைப் பொந்திலிருந்து வெளியே இழுத்தாயிற்று. பிறகு வாத்து நொண்டி நொண்டி கரையில் ஏறி, மீனைத் தரையில் விசிறியடித்தது. அது பற்றிக் கொண்டிருந்த மீனின் உடற்பகுதி கிட்டத்தட்ட கூழ் மாதிரி ஆகி விட்டிருந்தது. துடிக்கும் இரை ஏற்கனவே செத்துப் போயிருந்தது என்பதில் எந்த ஆச்சரியமும் இல்லை. பிறகு, எங்கிருந்தோ இன்னுமொரு வாத்து நடந்து வந்தது.

இந்தப் பறவைகள், பறக்காமலோ நீந்தாமலோ இருக்கையில் அவற்றைக் காணச் சகிக்காது. தண்ணீரில், கனவுத் தடாகத்தில் மிதக்கும் அன்னங்கள்போல இருக்கும். ஆனால் தரையிலோ ஊன்றுகோல் கொண்டு நடக்கும் முடவன்போல நொண்டும். இப்போது இரண்டு கீஸ் வாத்துகளும் கூச்சல் போடத் துவங்கியிருந்தன. அடுத்தவரின் இறகுகளைப் பிய்த்துக் கொண்டன.. இறக்கைகளால் அடித்துக் கொண்டன. ஒவ்வொரு

முறை தரையிலிருந்து மேலே குதிக்கும்போதும் ஒன்றை மற்றொன்று உதைத்தது. எதற்காகச் சண்டையிடுகின்றனவோ அதை மறந்து அவை சண்டை போட்டுக் கொண்டிருக்க, பூனை மாதிரியான ஒரு ஜந்து, இருக்கலாம் நாணல்களிலிருந்து பாய்ந்து வந்து, விலாங்கு மீனை எடுத்துக் கொண்டு மறைந்துவிட்டது. இப்போது கீஸ் வாத்துகள் சமாதான ஒப்பந்தம் செய்து கொண்டன. ஆனால், காலம் கடந்துவிட்டது. முட்டாள் வாத்துகள். இவற்றோடு ஒப்பிடும்போது எங்களைப் புத்திசாலித்தனத்தின் ஆதர்சங்களாகவே எடுத்துக்கொள்ளலாம்.

'அவை சண்டையிட்டு முடித்த பிறகு, தலைமை கீஸ் வாத்து 'க்ளக், காவ், காவ், காவ்!' என்று கரைந்தது. அந்த நொடியில் எல்லா வாத்துகளும் வேகத்தைக் கூட்டுவதற்காகக் கடினமாகத் துடுப்புப் போட்டன. சிறிது வேகமாகத் துடுப்புப் போட்டதும், அவை காற்றில் எழுந்தன. இப்போது அவை எத்தனை அழகு! அகன்ற இறக்கைகள் எழுப்பும் மெல்லிய ஓசை, வானத்தில் ஓவியம் போலத் தெரியும் அவற்றின் கழுத்துகளும் உடல்களும் இணைந்து கண்களைக் குளிரச் செய்யும் ஒரு காட்சியை உருவாக்கின. நான் அதை ஒரு நாளும் மறக்கமாட்டேன்.

'ஆனால் ஒவ்வொரு மந்தையிலும் ஒன்றாவது பின்தங்கி விடுகிறது. தான் பிடித்த மீனுடன் போராடிக் கொண்டிருந்ததால் ஒரு பறவை பின்தங்கிவிட்டது. கடைசியில் மீனைப் பற்றிக் கொண்டு, ஒரு மரத்தின் மறைவில் அதை உண்ணலாம் என்று மரத்தைத் தேடி மேலே பறந்தது. திடீரென்று எங்கிருந்தோ ஒரு பெரிய பருந்து தோன்றி அதைத் தாக்கியது. அந்த கீஸ் வாத்து மேலே பறந்தது. ஆனால், அயராத பருந்து விடவில்லை. இருவரும் உயரே உயரே பறந்து வட்டமிட்டனர், கூச்சலிட்டுக் கொண்டும் வாத்துக் குரல் எழுப்பிக் கொண்டும். திடீரென்று ஒரு அகவலின் எதிரொலி, மெலிதாக ஆனால் தெளிவாகக் கேட்டது. மந்தையின் தலைவர் பின்தங்கிய பறவையை அழைக்கிறார். அதனால், அதன் கவனம் சிதறிவிட்டது. என்ன செய்கிறோம் என்பது தெரியாமலேயே, பதிலுக்கு இந்த கீஸ் வாத்தும் சத்தமிட்டது. அந்த நொடியில் அதன் வாயிலிருந்த மீன் நழுவி விட்டது. அது ஒரு இலையைப்போல விழத் துவங்கியது. பருந்து தாழ்ந்து அந்த மீனைத் தன் நகங்களால் கிழிக்கப் போகையில், காற்றில் ஒரு பெரும் எழுச்சியும் உறுமலும் எழுந்தது. ஒரு நொடியில், செங்குத்தான சரிவிலிருந்து விழும் பாறையாய் ஒரு

கழுகு விழுந்தது. அந்தப் பருந்து உயிருக்குப் பயந்து போய் ஓடிவிட்டது. அதைக் காண எனக்கு மகிழ்ச்சி பொங்கியது.

'அகன்ற பாய்மரங்களைப் போன்ற அந்தக் கழுகின் இறக்கை களுக்கு கீழே அதன் நகங்கள் மின்னல் வேகத்தில் விரிந்து, அந்த மீனைப் பற்றிக்கொண்டன. பின்னர் காற்றில் அதன் முட்டிக்கு மேலே இருந்த இறகுகளைப் படபடக்க, காற்றின் அரசன், பழுப்புத் தங்கம்போல் மின்னப் பறந்து சென்றது. தொலை தூரத்தில், அந்தப் பருந்து இன்னும் உயிருக்காக ஓடிக்கொண்டிருக்கிறது.

'அது தொலை தூரம் போனதில் எனக்கு சந்தோஷம். ஏனென்றால் நான் வண்டிகள் போகும் சாலையைத் தேடிப் பறக்க வேண்டும். அங்கு மனிதர்கள் சிதறிய தானியங்கள் எனக்குக் கிடைக்கும். விரைவில் கொஞ்சம் தானியங்களைக் கண்டு கொண்டேன். தேவையான அளவு உண்ட பிறகு, ஒரு மரத்தில் உட்கார்ந்து கொண்டு உறங்கிப்போனேன். நான் எழும்போது, மதியம் பாதி கடந்திருந்தது. உயரப் பறந்து, ஆசிர்வதிக்கப்பட்ட மடாலயத்துக்குச் சென்று என் உழவாரக் குருவி நண்பர்களைச் சந்திக்க முடிவு செய்தேன். இப்போது கவனமாகப் பறக்க நான் கற்றுக் கொண்டு விட்டதால், என் பயணத்தில் எந்த இடரும் வரவில்லை. பொதுவாக மேலே மிக உயரப் பறந்து, அங்கிருந்து கீழேயும் அடிவானத்தையும் நோக்குவேன். காட்டு கீஸ்களைப்போல நீண்ட கழுத்து எனக்கு இல்லை. இருந்த போதிலும், பின்னாலிருந்து யாரும் தாக்கவில்லை என்பதை உறுதி செய்துகொள்ளச் சில நிமிடங்களுக்கு ஒரு முறை பக்கவாட்டில் பார்த்துக் கொண்டேன்.

'மடாலயத்தில் துறவிகள் சூரிய அஸ்தமனத்தின்போது உலகின் மீது ஆசீர்வாதங்களைப் பொழிவதற்காகத் தங்கள் கோவிலின் விளிம்பில் தயாராகிக் கொண்டிருந்தார்கள். சரியாக அந்த நேரத்தில் நான் மடாலயத்தை அடைந்தேன். உழவாரக் குருவித் தம்பதிகள் தங்கள் கூட்டுக்கு அருகே பறந்து கொண்டிருந்தார்கள். அங்குதான் அவர்களின் மூன்று குழந்தைகளும் உறங்கிக்கொண்டிருந்தார்கள். என்னை வரவேற்பதில் அவர்களுக்கு மிகுந்த மகிழ்ச்சி. அவர்களின் மாலைப் பிரார்த்தனைக்குப் பிறகு, துறவிகள் எனக்கு உணவளித்தார்கள். மேலும், அந்த இனிமையான வயதான துறவி எங்கெங்கும் நிறைந்திருக்கும் கருணை என்று யாரோ என் மீது பொழிந்த ஆசீர்வாதம்பற்றி ஏதோ சொன்னார். பிறகு அவருடைய கையிலிருந்து, கொஞ்சம் கூடப் பயம் இல்லாமல் பறந்தேன். மனதும் உடலில் அதே நிலையில் இருக்க, மடாலயத்தின்

கூரைக்குக் கீழ் உழவாரக் குருவிகளின் கூட்டுக்குப் பக்கத்தில் இருக்கும் எனது கூட்டுக்குள் நுழைந்தேன்.

'அக்டோபர் மாத இரவுகள் குளிரானவை. காலையில் பூசாரிகள் மணியடித்தபோது, சின்ன உழவாரக் குருவிகள் பயிற்சிக்காகப் பறந்தன. அவர்களுடைய அப்பா அம்மாவும் நானும் காலைநேரக் குளிர்ச்சியை உதறிக்கொள்வதற்காகப் பறந்தோம். அன்றைய தினத்தை, அவர்களுடைய தென் திசை பயணத்துக்கான ஆயத்தங் களுக்கு உதவி செய்ய அங்கேயே செலவழித்தேன். அவர்கள் போகும் இடத்தில் சிலோனிலோ ஆப்பிரிக்காவிலோ கூடு கட்டத் திட்டமிட்டிருக்கிறார்கள் என்பதை அறிந்து ஆச்சரியப்பட்டேன். கூடுகளைக் கட்டுவது அத்தனை எளிதான செயல் அல்ல என்று எனக்கு உழவாரக் குருவிகள் சொன்னார்கள். பின்னர் என் அறிவுத் தாகத்தைத் தீர்க்க, அவர்கள் வீடுகளை எப்படிக் கட்டுவது என்று எனக்கு விளக்கமாகச்சொன்னார்கள்.'

8

பயணம் தொடர்கிறது...

'உழவாரக்குருவிகளின் கட்டடக்கலைத் திறமையை உங்களுக்குத் தெளிவாக விளக்க, முதலில் அதனுடைய குறைபாடுகளைச் சொல்லிவிடுகிறேன். பறக்கும் பூச்சிகளைப் படிப்பதற்கு ஏதுவாக சிறிய அலகு கொண்டவை அவை. அதனுடைய அகலமான வாய், பறக்கும்போது இரையைப் பிடித்துக்கொள்ள ஏதுவாக இருக்கிறது. பூச்சிகளை நோக்கி அது பாயும்போது, வெகு சில பூச்சிகள் மட்டுமே தப்ப முடியும். உழவாரக் குருவி மிகச் சிறியதாக இருப்பதால், அதனால் அதிக எடையைத் தூக்க முடியாது. அதன் கூடு வைக்கோல், சற்றே பெரிய ஊசியைப் போன்ற தடிமனுள்ள சுள்ளிகளைப் போன்ற இலகுவான பொருட்களால் கட்டப் பட்டிருப்பதில் ஆச்சரியம் எதுவும் இல்லை.

'முதன் முறை நான் உழவாரக் குருவியைப் பார்த்தபோது, முடங்கிப் போய் உருக்குலைந்தது போல் இருந்தது. தங்களுடைய கால்கள் மோசமானவை என்று எல்லா உழவாரக் குருவிகளுக்குமே தெரியும். சமநிலைப் படுத்திக்கொள்ளக்கூடஅந்தக் கால்கள் போதாது. அதனுடைய உடம்பிலிருந்து நீட்டிக் கொண்டிருக்கும், மீன்பிடி கொக்கிகள் போன்ற கால்கள், இடங்களைப்பற்றிக்கொள்வதற்காக உருவாக்கப்பட்டவை. சின்னச் சிறிய கொக்கிகள் போன்ற அதன் கால் நகங்கள் வளைந்து கொடுக்காதவை. அதனுடைய உடம்புக்கும் பாதங்களுக்கும் இடையே போதுமான நீளத்தில்

கால்கள் இல்லை. இதனால், நீண்ட கால்களால் கிடைக்கும் குதிக்கும் திறன் உழவாரக் குருவிகளுக்கு இல்லை. இந்தக் குறைபாடு மற்றொரு சாதகத்தால் அடிபட்டுப்போகிறது. அவற்றால், கற்களால் அமைக்கப்பட்ட வேலிகளிலும், பளிங்கு இரவானங் களிலும், வீடுகளில் பளிங்குக் கல்லில் கூரைக்குக் கீழ் செதுக்கப் பட்ட அலங்காரங்களிலும், மற்ற எந்தப் பறவையைக் காட்டிலும் ஒட்டிக்கொள்ள முடியும். என் நண்பனான உழவாரக் குருவி, பளபளப்பான சுவர்களில்கூட ஏதோ சொரசொரப்பான மேற்பரப்பு போலத் தொங்கிக் கொண்டிருப்பதைப் பார்த்திருக்கிறேன்.

'இத்தனைக் குறைபாடுகளையும் வைத்துக்கொண்டு அவற்றால் செய்ய முடிந்தது ஒன்றுதான்; கூரைகளுக்கு கீழே இருக்கும் பொந்துகளைத் தங்கள் வீடாகத் தேர்ந்தெடுத்துக்கொள்வது தான். ஆனால், அங்கு அவை முட்டையிட முடியாது; உருண்டு ஓடிவிடும். அதனால், அவை பறந்து வரும் வைக்கோல்களையும் கீழே விழும் சிறிய இலைகளையும் பிடித்து, கல் தரையில் தன்னுடைய எச்சிலைக் கொண்டு ஒட்டிவிடும். கட்டுமானத்தில் அதன் திறனுக்குப் பின்னால் இருக்கும் ரகசியம் இது தான். அவற்றின் எச்சில் அருமையானவை. மர அலமாரிகள் செய்யும் ஆசாரிகளின் சிறந்த கோந்துபோல, உலர்ந்து உறுதியாகிவிடும். கூண்டு தயாரானவுடன், நீட்டமான வெள்ளை முட்டைகள் இடப்படுகின்றன.

உழவாரக்குருவிகளுள், புறாக்களில் உள்ளதுபோலப் பெண்களுக்கு அதிக சுதந்திரம் இல்லை. எங்கள் பெண் பறவைகள், ஆண்களோடு சம உரிமை கொண்டவர்கள். ஆனால் பெண் உழவாரக் குருவியே எப்போதும் அதிக வேலையைச் செய்ய வேண்டியிருக்கிறது. உதாரணமாக, ஆண் பறவை அடைகாப்பதே இல்லை. அது தன் துணையை அடை காக்க விட்டுவிடுகிறது. பகலில் எப்போதாவது தன் துணைக்கு உணவு கொண்டு வரும். மற்றபடி விழித்துக் கொண்டிருக்கும் பெரும் பொழுதுகளைத் தன்னைப் போன்ற ஆண் குருவிகளைச் சந்திக்கச் செலவழிக்கும். என்னைப் போன்ற புறாக்களைப் பின்பற்றித் தன் துணைக்கு இன்னும் அதிக சுதந்திரத்தைக் கொடுக்க வேண்டும் என்று என் உழவாரக் குருவி நண்பனிடம் சொன்னேன். ஆனால், அதை எவன் ஏதோ பகடிபோல எடுத்துக் கொண்டுவிட்டான்.

'கடைசியில் எங்கள் ஏற்பாடுகள் எல்லாம் ஆன பிறகு, இலையுதிர்காலத்தின் ஒரு காலையில், திருவாளர் உழவாரக் குருவி வழி நடத்த நானும் ஐந்து குருவிகளும் தெற்கு நோக்கிக் கிளம்பினோம். நாங்கள் ஒருபோதும் நேர் பாதையில்

செல்லவில்லை. பொதுவாகத் தெற்கு நோக்கியே நகர்ந்தாலும் கிழக்கு மேற்கு என்று வளைந்து வளைந்து பறந்தோம். உழவாரக் குருவிகள் ஆறுகளிலும் ஏரிகளிலும் மிதக்கும் ஈக்களையும் சிறிய பூச்சிகளையும் உண்ணும். மணிக்கு ஐம்பது மைல் வேகத்தில் பறப்பவை. கண்ணைப் பறிக்கும் வேகம் அது. அவற்றுக்கு வனங்களைப் பிடிப்பதில்லை. அவற்றின் பார்வை எப்போதும் கீழே பூச்சிகளைத் தேடிக் கொண்டிருக்கும்போது அவை மரத்தில் மோதி இறக்கைகளை உடைத்துக்கொள்ளக்கூடும். தண்ணீருக்கு மேலே எந்த இடைஞ்சலும் இல்லாத திறந்த வெளிகளையே விரும்புபவை அவை. வாள் போன்ற அவற்றின் நீண்ட இறக்கைகளைக் கொண்டு, இரையை நோக்கி விழும் கழுகைப் போலக் காற்றைக் கிழித்துக்கொண்டு பறக்கின்றன. உழவாரக் குருவிகளின் துல்லியமான கண்ணையும் வாயையும் நினைத்துப் பாருங்கள். தண்ணீருக்கு மேலே பறக்கையில், பறக்கும் பூச்சிகளை லாகவமாக உண்பதைப் பார்க்கவேண்டும். எவ்வளவு லாகவம் என்றால், அதன் பாதையில் அதற்கு முன் சூரிய ஒளியில் ஆடிக் கொண்டிருந்த சிறிய பூச்சிகளும் ஈக்களும் சுத்தமாகக் காணாமல் போயிருக்கும்.

'இப்படித்தான் ஓடைகள் மீதும், குளங்கள் மேலேயும், ஏரிகள் மேலேயும் நாங்கள் பறந்தோம். ஆண் உழவாரக் குருவி உணவை வேகவேகமாக உண்ணும். நீர் குடிப்பதும் அப்படித்தான். தண்ணீருக்கு மேலே பறந்து கொண்டிருக்கும் போதே வேகமாக நீர்ச் சொட்டுக்களை அள்ளிக் கொண்டு, மிக அதிக வேகத்தில் விழுங்கிவிடும். மரங்கள், மட்டைகள், செடிகள் இருக்கும் இடங்களில் அவை பறக்க விரும்பாததில் எந்த ஆச்சரியமும் இல்லை.

'ஆனால், திறந்த வெளியில் அதிகம் பறப்பதில் சில சிக்கல்களும் இருக்கின்றன. ஒரு உழவாரக் குருவி வேகவேகமாகப் பூச்சிகளைத் தின்றுகொண்டிருக்கும்போது, ஒரு குருவிப்பருந்து மேலிருந்து அதன் மீது பாயக்கூடும். இந்தச் சந்தர்ப்பங்களில் உழவாரக் குருவியால் கீழே அமிழ முடியாது. அப்படிச் செய்தால் தண்ணீரில் முழுகிச் சாக வேண்டியதுதான். என் நண்பர்கள் மீது நடத்தப்பட்ட அப்படியொரு தாக்குதல்பற்றி உங்களிடம் சொல்லவேண்டும்.

ஒருநாள் மதியம் அவர்களின் அன்றைய மாலை உணவைப் பிடிப்பதில் மும்முரமாக இருந்தார்கள். நான் இளம் குருவிகளின் மீது கண்வைத்துக் கொண்டு மேலே பறந்து கொண்டிருந்தேன். அப்போது ஒரு குருவிப்பருந்து கீழே பாய்ந்தது. இளம் குஞ்சுகளைப் பார்த்துக்கொள்ளும் பொறுப்பை எடுத்துக்

கொண்டிருந்த நான், என் உயிரையும் பொருட்படுத்தாமல் சீக்கிரம் செயல்பட வேண்டியிருந்தது. ஒரு நொடி கூடத் தயங்காமல் நான் முன்னேறிக் குட்டிக்கரணம் போட்டு எதிரிக்கும் குஞ்சுகளுக்கும் நடுவே என் உடலைக் கொண்டு வந்துவிட்டேன். அந்தப் பருந்து இத்தனை தைரியத்தைப் புறாக் குடும்பத்திலிருந்து வந்த ஒரு பறவையிடம் எதிர்பார்க்கவில்லை. அது என்னுடைய எடையையும் சரியாகக் கணிக்கவில்லை. அதைவிடக் குறைந்தது ஐந்து அவுண்சாவது நான் அதிகமாக இருந்திருப்பேன். தன் நகங்களால் என்னுடைய வாலைப் பிடித்து, கொஞ்சம் இறகுகளைப் பிய்த்துவிட்டது. தனக்கு என்னமோ கிடைத்துவிட்டது என்ற நினைப்பில் இரண்டொரு முறை காற்றில் வட்டமிட்டது. என்னுடைய சிறகுகள் மட்டுமே சிக்கியிருக்கிறது என்பதை அது உணரும் முன், அனைத்து உழவாரக் குருவிகளும் யாரும் அணுக முடியாத ஒரு மரக்கிளையில் பத்திரமாக ஒளிந்து கொண்டார்கள்.

அந்தச் சின்னக் குருவிப் பருந்து கடுமையான எரிச்சலில் ஒரு பெரிய பறவையைப்போல என் மீது பாய்ந்தது. இருந்தாலும், அதனுடைய உடம்பு சிறியதாகவும் நகங்கள் மிகச் சிறியதாகவும் இருந்ததால், அதனால் என் இறகையும் உடம்பையும் அதிக ஆழம் கிழிக்க முடியாது என்பது எனக்குத் தெரியும். அதனால், அதனுடைய சவாலை ஏற்று நான் மேலே ஏறினேன். அதுவும் தொடர்ந்தது. நான் விரைவாகக் கீழிறங்கினேன். அதுவும் கீழே இறங்கியது. பிறகு நான் மேலே ஏறத் துவங்கினேன். அதுவும் முன்பு போல் தொடர்ந்தது. ஆனால், அந்தச் சிறிய பருந்துகள் உயரத்திலிருக்கும் காற்றுக்கு அஞ்சுபவை. இப்போது அதன் இறக்கைகள் பின்தங்கி விட்டன. நான் இரண்டு முறை இறக்கைகளை அடித்தால், அதனால் ஒரு முறை மட்டுமே அடித்துக்கொள்ள முடிந்தது.

நம்பிக்கையிழந்து சோர்ந்து இருக்கும் பருந்தைப் பார்த்தபின், வாழ்வில் மறக்க முடியாத ஒரு பாடத்தை அதற்குக் கற்பிக்க முடிவு செய்தேன். நினைத்த மாத்திரத்தில் என் திட்டத்தைச் செயல் படுத்தியும் விட்டேன். நான் விரைந்து கீழே இறங்கினேன். அதுவும் தொடர்ந்து வந்தது. கீழே கீழே கீழே! ஏரியின் நீர் எங்களை நோக்கி உயர்ந்து கொண்டே இருந்தது. நீர்ப்பரப்பு என் இறக்கையின் அளவு தூரம் மட்டுமே இருக்கும்போது, நான் சில அங்குலங்கள் முன்னோக்கிப் பறந்து, ஒரு வெதுவெதுப்பான காற்றுச் சுழலில் நுழைந்தேன். அந்தச் சுழல் என்னை மேலே கொண்டு செல்ல உதவியது.

மலைக்குகைகளிலும் மலைப்பிரதேசங்களின் பள்ளத்தாக்கு களிலும் காற்று வெதுவெதுப்பாகி, குளிர்ந்த பகுதிக்குத் தள்ளும்

என்பதை நீங்கள் அறிந்திருப்பீர்கள். திடீரென்று மேலே பறக்க வேண்டியிருக்கும்போது பறவைகளான நாங்கள் இந்த வெதுவெதுப்பான காற்றுச் சுழலைத்தான் தேடுவோம். இப்போது நான் மூன்று முறை குட்டிக்கரணம் போட்டு, கீழே பார்க்கிறேன். அந்தக் குருவிப் பருந்து தண்ணீரில் முழ்கிக் கொண்டிருந்தது. அதனால் அந்தக் காற்றுச் சுழலை அடைய முடியவில்லை. கடினமாக நீந்திய பின், பறக்க முடியாமல் கரையை நோக்கிப் பறந்து, தன்னுடைய அவமானத்தை அடர்ந்த இலைகளுக்கு இடையில் மறைத்துக் கொண்டது. அந்த நொடியில் உழவாரக் குருவிகள் தங்கள் மறைவிடத்திலிருந்து வெளிவந்து தெற்கு நோக்கிப் பறந்தனர்.

'அடுத்த நாள் நாங்கள் சில காட்டு வாத்துகளைச் சந்தித்தோம். என்னைப் போன்றே வண்ணக் கழுத்தைக் கொண்டிருந்தன. மற்றபடி அவை பனியைப் போன்று வெண்மையானவை. அவை ஓடை வாத்துகள். மீன் பிடிப்பதற்காக மலை ஓடையில் அப்படியே மிதந்து வருவது அவற்றின் வழக்கம். அதிக தூரம் சென்ற பின், தண்ணீரிலிருந்து எழும்பி மீண்டும் புறப்பட்ட இடத்துக்கே பறந்துவிடும். இப்படி அங்கும் இங்கும் பறந்து கொண்டே ஒரு நாளைக் கழித்துவிடும். கீஸ் வாத்துகளை விட இவற்றின் அலகுகள் தட்டையானவை. மேலும், உட்புறம் குழிவானவை. மீனைப் பிடித்துவிட்டால் ஒருபோதும் நழுவாது. மட்டி மீன்களைப்பற்றி அவை அதிகம் அலட்டிக்கொள்வதில்லை. ஏரியில் எண்ணற்ற மீன்கள் இருப்பதால்கூடஇப்படி இருக்கலாம்.

உழவாரக் குருவிகளுக்கு இந்த இடம் பிடிக்கவில்லை. ஏனென்றால், வாத்துகள் இறக்கைகளால் தொடர்ந்து காற்றை அடித்துக் கொண்டேயிருக்க, சாதாரணமாக நீரின் மேற்பரப்பில் பறக்கும் பூச்சிகளை எல்லாம் துரத்திவிடுகின்றன. இருந்தும், பெரும் பாலான வாத்துகளுக்குப் பிடித்தமான சலனமில்லாத நீரை விடுத்து இந்த வாத்துகள் மலைகளின் வேகமான நீரோட்டத்தில் விரும்பி வாழ்வது உழவாரக் குருவிகளுக்கு சந்தோஷத்தை அளித்தது.

'இந்த வாத்துகள் தான், அந்தப் பகுதியில் நிறைந்திருக்கும் ஆந்தைகள் மற்றும் பிற ராக்கால கொலைகாரர்களைப்பற்றி எங்களுக்கு எச்சரிக்கை செய்தன. அதனால், எங்களால் முடிந்தவரை ஆந்தைகள் புக முடியாத அளவுக்குச் சிறிய இடங்களில் ஒளிந்து கொண்டோம். உழவாரக் குருவிகளுக்குப் போதுமான அளவில் ஒரு மரத்தில் பொந்துகளைக் கண்டுபிடிப்பது எளிதாக இருந்தது. ஆனால், நான் வருவது வரட்டும் என்று முடிவு செய்து வெட்டவெளியில் தங்க முடிவு செய்தேன். சீக்கிரமாக இரவு வந்தது.

‘விரைவிலேயே என் கண்கள் செயலற்றுப் போயின. ஒன்றின் மீது ஒன்றாக அடுக்கப்பட்ட கருப்புத் துணிகள்போல இருளின் மேல் இருள், கண்களில் கவிந்தது. என் இனத்தின் கடவுளர்களிடம் பிரார்த்தித்துவிட்டுத் தூங்க முயன்றேன். ஆனால் இந்த ஆந்தைகளின் அலறலில் யார் தான் தூங்க முடியும்? அந்த இரவெல்லாம் திகில் என்னைப் பற்றிக் கொண்டது. ஏதாவது ஒரு பறவை வலியில் கதறும் சத்தமில்லாமல் ஒரு மணி நேரம் கூடக் கழியவில்லை. வெற்றிக் களிப்பில் ஆந்தைகளும் அலறின. அவ்வப்போது ஒரு ஸ்டார்லிங்கோ புல்புல்லோ மரண ஓலமிட்ட படி ஆந்தையின் கோரப் பிடியில் சாகும். என் கண்கள் மூடியிருந்தாலும், நடந்து கொண்டிருந்த படுகொலைகளை என் காது அறிந்திருந்தது.

ஒரு காகம் கிறீச்சிட்டது. பிறகு மற்றொன்று, பிறகு இன்னொன்று. ஏறக்குறைய ஒரு கூட்டமே பீதியில் மேலே பறந்து மரங்களில் மோதிக் கொண்டன. ஆந்தைகளின் கூர்மையான கொடூரமான அலகுகளாலும் நகங்களாலும் கிழிக்கப்பட்டுக் கொல்லப்படுவதை விட இப்படிச் சாவது மேல். இந்தக் குழப்பங்களுக்கு இடையே, காற்றில் வீசல்களின் வாசனையை நுகர்ந்தேன். மரணம் கைக்கெட்டும் தூரத்தில் வந்துவிட்டதை அறிந்தேன். அது என்னைப் பதற்றம்கொள்ளவைத்தது.

என் கண்களைத் திறந்து பார்த்தேன். ஒரு பழுப்பு வெள்ளை ஒளி எல்லாவற்றின் மீதும் ஒளிர்ந்து கொண்டிருந்தது. என்முன், ஆறடி தொலைவில் ஒரு வீசல் நின்று கொண்டிருந்தது. அப்படிச் செய்வதில் ஆந்தைகள் என்னைக் கொல்லும் வாய்ப்பு அதிகம் என்றாலும் நான் மேலே பறந்தேன். நினைத்ததுபோலவே, ஒரு ஆந்தை அலறிக் கொண்டும் கிறீச்சிட்டுக் கொண்டும் வந்தது. மேலும் இரண்டு ஆந்தைகள் தொடர்ந்தன. அவற்றின் சிறகடிக்கும் சத்தத்தைக் கேட்டேன். சத்தத்தைவைத்தே நாங்கள் தண்ணீருக்கு மேலே பறக்கிறோம் என்பதை அறிந்தேன். எங்கள் இறக்கைகளின் சிறிய உதறல்கூடஎதிரொலித்தது. எந்த ஒரு நேரத்திலும் ஆறடி தூரத்துக்கு மேல் எனக்கு எதுவுமே தெரியவில்லை என்பதால் என்னால் எந்தத் திசையிலும் அதிக தூரம் பறக்க முடியவில்லை. அதனால், ஆற்றின் காற்றை உறிந்து ஆற்றுக்கு மேலே தொங்கிக் கொண்டிருக்கும் கிளைகளுக்கு அப்பால் கொண்டு செல்லும் ஒரு காற்றுச் சுழலுக்காக நான் மெல்லச் சிறக்கடித்துக் காத்திருந்தேன். ஐயோ அந்த ஆந்தைகள் நெருங்கிவிட்டன. ஆனால் நான் குட்டிக்கரணம் போட்டு வளைவாகப் பறந்தேன். ஆந்தைகளும்

என்னைத் துரத்துவதை விடவில்லை. நான் இன்னும் மேலே ஏறினேன்.

இப்போது நிலவொளி, தண்ணீரைப்போல என் இறக்கைகளிலிருந்து சொட்டியது. என்னால் இன்னும் கொஞ்சம் தெளிவாகப் பார்க்க முடிந்தது. அது என்னுடைய தைரியத்தையும் மீட்டுக் கொடுத்தது. ஆனால் என் எதிரிகள் விட்டபாடில்லை. அவர்களும் மேலே வந்தார்கள். இன்னும் கொஞ்சம் வெளிச்சம் அவர்களின் கண்களின் விழுந்து, அவற்றைக் குருடாக்கின. ஆனால், பார்வையை முழுதாகப் பறிக்கவில்லை.

திடீரென்று அவற்றில் இரண்டு ஆந்தைகள் என் மீது பாய்ந்தன. நான் மேலே பறந்தேன். ஆகா!! ஆந்தைகள் என்னைத் தவறவிட்டு, ஒன்றோடு ஒன்று மோதிக் கொண்டன. அவற்றின் நகங்கள் ஒன்றோடு ஒன்று சிக்கிக் கொண்டன. காற்றில் இறக்கைகளை அடித்துக் கொண்டும், பேய்களைப்போல அலறிக் கொண்டு, நதிக்கரையிலிருந்த புற்களின் மேல் விழுந்தன.

'இப்போது நான் கவனமாகப் பார்த்தேன். நான் நிலவை நோக்கிப் பறந்து வரவில்லை, விடியலை நோக்கி வந்திருக்கிறேன் என்பது ஆச்சரியமாக இருந்தது. உண்மையிலேயே, பீதி நிறைந்த என் கண்கள் இதைக் கண்டிருக்கவில்லை. இப்போது இங்கு ஆந்தைகள் இல்லை. உதிக்கும் சூரிய ஒளியிலிருந்து தப்பிக்க அவை மறைவிடங்களைத் தேடத் துவங்கியிருந்தன. நான் பாதுகாப்பாக உணர்ந்தபோதிலும், மிகப் பெரிய மரங்களின் நிழல்களிலிருந்து விலகியே இருந்தேன். இப்போதும் அங்கு ஒரு ஆந்தை மறைந்திருக்கக் கூடும். நான் மரத்தில் மேலிருக்கும் ஒல்லியான கிளையில் அமர்ந்தேன். அது சூரியனின் முதற்கிரணங்கள் பட்டு ஆடும் தங்கக் குடைபோல உருமாறியிருந்தது. மெதுவாக அந்த ஒளி இன்னும் கீழே படர்ந்து, கீழிருந்த வெள்ளை ஓடை வீசலின் கண்களைப்போல் பல வண்ணங்களில் மின்னியது.

'அப்போது நதிக்கரையில் பயங்கரமான ஒரு காட்சியைக் கண்டேன். நிலக்கரியைவிடக் கருமையான இரண்டு காகங்கள், நாணல்களில் சிக்கிக் கொண்டு முழித்துக் கொண்டிருக்கும் ஆந்தையைத் தங்கள் அலகுகளால் குத்திக் கிழித்துக் கொண்டிருந்தன. சூரிய ஒளியில், ஆந்தையால் தன் கண்களைத் திறக்க முடியவில்லை. அந்த இரவுப் படுகொலையில் காக்காய்களுக்கு பாதிப்பு அதிகம்தான். இப்போது ஆந்தைகளை அவற்றின் தவறுகளுக்குப் பழிவாங்குவது காக்காய்களின் முறை. ஆனால், சிக்கிக் கொண்ட ஆந்தையை

இரண்டும் கொல்வதைக் காணச் சகிக்கவில்லை. அதனால், அந்தக் கொலைகாரர்களிடமிருந்து விலகி, என் உழவாரக் குருவி நண்பர்களைத் தேடிப் பறந்தேன்.

என்னுடைய சில அனுபவங்களை அவர்களிடம் சொன்னேன். முந்திய இரவில் வேதனையில் எழும்பிய பயங்கர ஓலங்களைத் தாங்களும் கேட்டதாகச் சொன்னார்கள். அந்தச் சத்தம் அவர்களைத் தூங்கவிடவில்லை. ஆண் உழவாரக் குருவி வெளியில் எல்லா ஆபத்தும் நீங்கிவிட்டதா என்று கேட்டார். பத்திரமாக இருப்பதாகவே நினைத்தேன். நாங்கள் வெளியில் வந்தபோது, அந்தப் பாவப்பட்ட ஆந்தை புற்களிடையே இறந்து கிடந்தது.

'அன்று காலை நாங்கள் ஓடையில் வாத்துகளைப் பார்க்கவில்லை என்பது விசித்திரம்தான். அவை அதிகாலையிலேயே தெற்கு நோக்கிப் பறந்திருக்கலாம். நாங்களும் அவ்வாறே செய்ய முடிவெடுத்தோம். எங்கள் வழியோடு போகும் மற்ற பறவைகளோடு சகவாசம் வேண்டாம் நாங்கள் முடிவு செய்தோம். இடம் பெயரும் காலத்தில், எங்கெங்கெல்லாம் புறாக்கள், க்ரோஸ், மற்ற பறவைகள் போகின்றனவோ அவற்றின் எதிரிகளான ஆந்தைகள், பருந்துகள் மற்றும் கழுகுகளும் அவற்றின் பின்னால் போகும். ஆபத்தைத் தவிர்க்கவும், நாங்கள் முன்பு பார்த்த அதிர்ச்சி தரும் காட்சிகளைத் தவிர்க்கவும் நாங்கள் கிழக்கு நோக்கிப் பறந்தோம். ஒரு நாள் முழுக்க கிழக்கு நோக்கிப் பறந்த பிறகு, சிக்கிமில் ஒரு கிராமத்தில் ஓய்வெடுத்தோம்.

அடுத்த நாள், பகற்பொழுது பாதி காலம் தெற்கு நோக்கிப் பறந்துவிட்டுப் பிறகு கிழக்கு நோக்கிப் பறந்தோம். இது மாதிரி சுற்றிச் சுற்றிப் போக அதிக நேரம் எடுத்தது. ஆனால் அது எங்களை ஆபத்திலிருந்து காப்பாற்றியது.

ஒருமுறை ஒரு புயற்காற்று எங்களைத் தடுமாறச் செய்து ஏரிக்கரையில் தள்ளியது. அங்கு நான் ஒரு அற்புதமான காட்சியைக் கண்டேன். நான் மரத்தின் உச்சியில் இருந்தேன். கீழே வளர்க்கப் பட்ட வாத்துகள் நிறைய நீரில் மிதந்து கொண்டிருந்தன. ஒவ்வொன்றும் வாயில் ஒரு மீனை வைத்திருந்தது. ஆனால், எதுவும் தன் இரையை விழுங்கவில்லை. வாத்துகள் மீன்களை உண்ணாமல் தங்களை இப்படிக் கட்டுப்படுத்திக்கொண்டு ஒருபோதும் நான் பார்த்ததில்லை. எனவே உழவாரக் குருவிகளையும் இதைக் காண அழைத்தேன். அவை மரங்களின் கிளைகளில் ஒட்டிக் கொண்டு வாத்துகளைப் பார்த்தன. அவற்றால், தங்கள் கண்களை நம்ப முடியவில்லை.

இந்த வாத்துகளுக்கு என்ன ஆயிற்று? சீக்கிரமே ஒரு படகு கண்ணில் தட்டுப்பட்டது. இரண்டு மனிதர்கள் அதைச் செலுத்திக் கொண்டு வந்தார்கள். தட்டையான மூஞ்சியோடு மஞ்சள் நிறச் சருமத்துடன் இருந்த. அவர்களைக் கண்டவுடன், வாத்துகள் தங்களால் முடிந்தவரை வேக வேகமாகப் படகு நோக்கி விரைந்தன. படகை அடைந்தவுடன், அதன் மீது ஏறித் தாங்கள் பிடித்த மீன்களை அதிலிருந்த பெரிய மீன் கூடையில் போட்டன. பிறகு ஏரியில் குதித்து இன்னும் சில மீன்களைப் பிடிக்கப் போயின.

உங்களால் நம்ப முடிகிறதா? இது ஒரு இரண்டு மணிநேரங்கள் தொடர்ந்தது. அந்த திபெத்திய பர்மிய மீனவர்கள் வலையே வீசவில்லை. அவர்கள் ஒரு நூலைக் கிட்டத்தட்ட மென்னியை அடைக்கும் அளவுக்கு, வாத்துகளின் கழுத்தைச் சுற்றிக் கட்டி, மீன்பிடிக்க ஏரிக்கு அழைத்து வந்திருந்தார்கள். வாத்துகள் எதைப் பிடித்தாலும் அதைத் தன் எஜமானர்களிடம் கொண்டு வந்து கொடுத்தன! அவர்களின் மீன் கூடை நிரம்பியதும்தான் வாத்துகளின் கழுத்தில் சுற்றியிருந்த கயிற்றை அவிழ்த்துவிட்டார்கள். வாத்துகள் மீண்டும் ஏரியில் பாய்ந்து, வயிறு முட்ட மீன்களைச் சாப்பிட்டன.

‘இப்போது சிறிது நேரம் ஏரிகளை விட்டு வெகு தூரம் விலகி, விளைநிலங்களைத் தேடிப் பறந்தோம். அங்கு, புதிதாக அறுவடை செய்யப்பட்ட தானியங்களுக்கு மேலே பறந்த பூச்சிகளை உழவாரக் குருவிகள் தின்றன. நானும் மித மிஞ்சிய அளவுக்குத் தானியங்களைத் தின்றேன். தானியங்களை மட்டும்தான்; பூச்சிகளை அல்ல. ஒரு நெல் வயலின் வேலியில் உட்கார்ந்து கொண்டிருந்தபோது, யாரோ எதையோ அடிப்பதைக் கேட்டேன். ஒரு செர்ரி கொட்டையின் உள்ளே இருக்கும் பருப்பை எடுக்க, ஒரு சாஃபின்ச் தன் அலகால் உடைக்கும் சத்தம் போலிருந்தது அத்தனை சக்தி. ஒரு பாக்குவெட்டியைப் போன்ற பலம் அந்தச் சின்னப் பறவையின் அலகுக்கு இருப்பது ஆச்சரியமில்லையா?

நான் சத்தம் வரும் இடத்தை நெருங்கிக் கீழே பார்க்கையில், அங்கே வேறொரு பறவையைப் பார்த்தேன். அது ஒரு ஹிமாலய த்ரஷ். அது செர்ரி கொட்டையை உடைத்துக் கொண்டிருக்கவில்லை. மெதுவாக நகரும் ஒரு நத்தையை அலகால் குத்திக் கொண்டிருந்தது. டிக், டாக், டிக், டாக்... டாக்! அந்த நத்தை அசையாமல் நிற்கும் வரை கொத்திக் கொண்டேயிருந்தது. அந்த த்ரஷ் தலையை உயர்த்திச் சுற்றிலும் நோட்டமிட்டுவிட்டு, தத்தித் தத்தி நடந்து, நுனிக்கால்களில் நின்று, சிறகுகளை விரித்து, விரைவாகக் குறிபார்த்துவிட்டு டாக் டாக் டாக் என்று மேலும் மூன்று தடவை

குத்தியது. ஓடு பிளந்து ருசியான நத்தை வெளிப்பட்டது. தன் அலகால் அதைத் தூக்கியது. அலகில் கொஞ்சம் ரத்தம் கசிந்தது. அது தன் வாயைக் கொஞ்சம் அகலமாகத் திறந்து, அதன் ஓரங்களில் புண்படுத்திக் கொண்டுவிட்டது. நத்தையைச் சரியாகப் பிடியில் இருத்திக் கொண்டு, இரவு உணவுக்காகத் தன் துணை காத்துக் கொண்டிருக்கும் மரத்துக்குள் பறந்து மறைந்தது.

‘சிக்கிமின் விளைநிலங்களினூடே தொடர்ந்த எங்கள் பயணத்தில் வேறு நிகழ்வுகள் ஒன்றும் இருக்கவில்லை. நினைவில் வைத்திருக்கும் அளவுக்கு மதிப்புள்ளதென்றால், அது காட்டில் மனிதர்கள் மயில்களைப் பிடித்தது தான். இந்தப் பறவைகள் உண்ணும் பாம்புகளும் மற்ற உயிரினங்களும் வடக்கே குளிர்கால உறைவிடங்களுக்குப் போய்விடுவதால், இவை உணவைத் தேடி வெப்பமான தெற்கு சதுப்பு நிலங்களுக்கு வருகின்றன. ‘மயில்களும் புலிகளும் ஒன்றையொன்று ரசிப்பவை. மயில்களுக்கு புலிகளின் தோலைப் பார்க்கப் பிடிக்கும். புலிகளுக்கு மயில்களின் தோகையைப் பிடிக்கும். சில சமயம் குட்டையில், புலி ஒன்று கிளையில் மேலிருக்கும் மயிலின் தோகையை நின்று பார்த்துக் கொண்டிருக்கும். மயிலும் தன் கழுத்தை வளைத்துப் புலியின் வரிவரியான தோலின் அழகை ரசித்துக் கொண்டிருக்கும். இப்போது காலாகாலத்துக்கும் ஆக்கிரமிப்பாளனான மனிதன் காட்சிக்குள் வருகிறான்.

ஒரு நாள், மனிதன் ஒருவன் புலியின் தோல் மாதிரியே வரையப் பட்ட ஒரு துணியைக் கொண்டு வந்தான். எந்தப் பறவையும் அது நிஜமான புலியில்லை என்று பார்த்தமாத்திரத்தில் சொல்ல முடியாது. பிறகு, அருகிலிருந்த மரத்தின் கிளையில் ஒரு சுருக்கைத் தயார் செய்துவிட்டு அவன் மறைந்துவிட்டான். அந்தத் துணியின் வாசனையைவைத்தே அது புலி இல்லை என்று நான் சொல்லி விடுவேன். ஆனால், மயில்களின் மோப்பம் பிடிக்கும் ஆற்றல் சொல்லிக்கொள்ளும் அளவுக்கு இல்லை. அவற்றின் கண்களே அவற்றை ஏமாற்றிவிட்டன. சில மணிநேரத்தில் ஒரு ஜோடி மயில்கள் அங்கு வந்து, மர உச்சியிலிருந்து புலி போலிருந்த துணியைப் பார்த்தன. இன்னும் கீழே கீழே இறங்கின. புலி தூங்குகிறது என்ற நம்பி ஏமாந்து போயின. அதே நினைப்பில் அவை அருகில் வந்து பொறியின் பக்கத்திலிருந்த ஒரு கிளையில் நின்றன. பொறியின் மீது அடி வைக்க அதிக நேரம் ஆகவில்லை. ஆனால், இரண்டுமே ஒரே பொறியில் எப்படிச் சிக்கிக் கொண்டன என்பது எனக்கு விளங்கவில்லை. பிடிபட்ட உடனேயே அவை சோகத்தில் கத்தின.

பிறகு பொறிவைத்தவன் வந்து, இன்னொரு தந்திரம் செய்தான். இரண்டு பெரிய கருப்பு நிற முகமூடிகளை அவற்றின் தலையில் போர்த்தி மயில்களின் கழுத்தில் முடிச்சுப் போட்டு, அந்தப் பாவப்பட்ட பறவைகளின் கண்களை மூடிவிட்டான். கண்கள் இருண்டவுடன் எந்தப் பறவையும் அதிக எதிர்ப்புக் காண்பிப்ப தில்லை. அவன் அவை நடக்க முடியாதபடிக்கு கால்களையும் கட்டிவிட்டான். பிறகு அவனுடைய மூங்கில் கம்பில், அவற்றை முனைக்கு ஒன்றாகக் கட்டினான். மெதுவாக அதன் நடுப்பகுதியில் பிடித்துத் தூக்கித் தன் தோளில் போட்டுக் கொண்டு நடக்கத் துவங்கினான். வானவில் அருவிபோல, மயில்களின் தோகைகள் அவனுக்கு முன்னாலும் பின்னாலும் தொங்கிக் கொண்டிருந்தன.

‘என்னுடைய பயணம் இங்கே முடிகிறது. அடுத்த நாள் உழவார குருவிகளிடமிருந்து விடை பெற்றுக் கொண்டேன். அவர்கள் தெற்கு நோக்கிப் போனார்கள். நான், புத்திசாலியான சோகமான பறவையாக வீடு திரும்பி மகிழ்ந்தேன். இப்போது சொல்லுங்கள். ஏன் பறவைகள் மற்றும் மிருகங்களுக்கு மத்தியில் இத்தனை கொலையும் துன்புறுத்தலும் நடக்கின்றன? மனிதர்கள் நீங்கள் இப்படி ஒருவரை ஒருவர் காயப்படுத்திக்கொள்வதாகத் தெரிய வில்லையே. அப்படித்தானே? ஆனால் பறவைகளும் மிருகங்களும் காயப்படுத்திக்கொள்கின்றனவே. இது எல்லாம் என்னை மிகவும் சோகத்தில் ஆழ்த்துகிறது’ என்றது வண்ணக்கழுத்துப் புறா.

9

போர்ப் பயிற்சி

நாங்கள் ஊர் திரும்பிய பிறகு, ஐரோப்பாவில் எங்கோ வரப்போகும் யுத்தத்தைப்பற்றிய வதந்தி காற்றெங்கும் நிரம்பியிருந்தது. இப்போது குளிர்காலம் வந்துவிட்டதால், வண்ணக்கழுத்துக்குப் போர்ப் பயிற்சி கொடுக்க முடிவு செய்தேன். ஒருவேளை பிரிட்டிஷ் போர்த் துறை சார்பில் தூது செல்ல அவன் அழைக்கப்பட்டால் இப்பயிற்சி அவசியமானதாக இருக்கும். வடகிழக்கு இமாலயத்தின் தட்பவெட்பநிலைக்கு அவன் பழக்கப்பட்டுவிட்டதால், எந்தவொரு ஐரோப்பிய நாட்டிலும் அவன் ராணுவத்தின் இன்றியமையாத தூதுவனாக இருக்கமுடியும். இன்றும் கூட, கம்பியில்லாத் தந்தி, வானொலி போன்றவை இருந்தாலும்கூட எந்தவொரு படைக்கும் தூதுப் புறாக்கள் இல்லாமல் முடியாது. இந்தக் கதை தானாக விரியும்போது இந்த விஷயங்களெல்லாம் உங்களுக்குப் புரியவரும்.

போருக்கான தூதுப் புறாக்களைப் பயிற்றுவிக்க நானாகவே வகுத்துக்கொண்ட ஒரு திட்டத்தைப் பின்பற்றினேன். அதற்கு கோண்டின் ஒப்புதலும் இருந்தது. சொல்ல மறந்துவிட்டேன், அந்த வயசாளியும் எங்களுடனேயே நகரத்துக்கு வந்தார். இரண்டு மூன்று நாட்கள் எங்கள் வீட்டில் தங்கினார். பிறகு, கிளம்ப முடிவு செய்தார்.

‘இந்த நகரைப் பொறுத்துக்கொள்ளவே முடியவில்லை. எந்த நகரத்தையும் நான் விரும்பியதில்லை என்றாலும் இந்த நகரம்,

ட்ராம் வண்டிகளாலும் மோட்டார் வண்டிகளாலும் என்னைப் பயமுறுத்துகிறது. சீக்கிரமே இந்த நகரின் தெருப்புழுதியை என் காலிலிருந்து உதறித் தள்ளாவிட்டால், நான் கோழையாகிப்போய் விடுவேன். எந்தக் காட்டுப் புலியும் என்னைப் பயமுறுத்திய தில்லை, ஆனால் ஒருமோட்டார் வண்டிபற்றி அப்படிச் சொல்ல முடியாது. நவீன நகரங்களில் சாலையைக் கடப்பதில் ஒரு நிமிடம் பணயம் வைக்கப்படும் உயிர்களின் எண்ணிக்கை, மிகப் பயங்கரமான காடுகளில் ஒரு நாள் முழுக்க இருக்கும் ஆபத்தில் இருக்கும் உயிர்களைக் காட்டிலும் அதிகம். போய் வருகிறேன். எங்கே மரங்கள் அமைதியை ஆடையாய் உடுத்தியிருக்கின்றவனோ, எங்கே காற்று மாசும் வாடைகளும் அற்று இருக்கிறதோ, வெட்டி எடுக்கப்பட்ட ரத்தினம் போன்ற வானம் எங்கு கம்பங்களாலும் தந்திக் கம்பிகளாலும் குறுக்கும் நெடுக்கும் வெட்டப்படாமல் முழுமையாக இருக்கிறதோ, அங்கே போகிறேன். தொழிற்சாலை யின் சங்குகளுக்குப் பதில் பறவைகளின் சத்தங்களைக் கேட்கலாம், திருடர்களுக்கும் கொலைகாரர்களுக்கும் பதிலாக அப்பாவி புலிகளையும் கருஞ்சிறுத்தைகளையும் நேருக்கு நேர் பார்க்கலாம். போய் வருகிறேன்!' என்று கிளம்புவதற்கு முன் சொன்னார்.

ஆனால், அவர் கிளம்புவதற்கு முன், நான் மேலும் நாற்பது தூதுப் புறாக்களையும் சில டம்ப்ளர் ரகப் புறாக்களையும் வாங்க எனக்கு உதவி செய்தார். இந்த இரண்டு வகையையும் ஏன் தேர்ந் தெடுத்தேன் என்று நீங்கள் கேட்கலாம். கரணம் போடும் புறாக்களிடமும் தூதுப் புறாக்களிடமும் எனக்கு ஏதும் பிரத்யேக விருப்பம் இருப்பதாகத் தெரியவில்லை. ஆனால், ஃபேண்டெயில்கள், பௌட்டர்கள் மற்றும் பிற புறாக்கள் அழகாக இருப்பதைத் தவிர வேறொன்றுக்கும் பிரயோஜனமில்லை. எங்கள் வீட்டில் இந்த வகையிலும் சில புறாக்களை வைத்திருந்தோம் ஆனால் அவற்றைத் தூதுப் புறாக்களோடும் தொலைதூரம் பறக்கும் புறாக்களோடும் வைத்திருப்பதில் நிறையச் சிரமங்கள் இருந்தன. கடைசியில் என்னுடைய கவனம் முழுவதையும் தூதுப் புறாக்களுக்கே தந்து விட்டேன்.

இந்தியாவில் எனக்குப் பிடிக்காத விசித்திரமான ஒரு வழக்கம் இருக்கிறது. நீங்கள் ஒரு தூதுப் புறாவை விற்றால், என்ன விலைக்கு விற்றிருந்தாலும் சரி, அது புதிய எஜமானிடமிருந்து பறந்து மீண்டும் உங்களிடமே வந்துவிட்டால், அது மீண்டும் உங்களுடைய தாக ஆகிவிடும். எவ்வளவு பணம் வாங்கியிருந்தாலும் நீங்கள் அதைத் திருப்பித் தர வேண்டியதில்லை. புறா வளர்ப்பவர்களிடம்

இந்த வழக்கம் இருக்கிறது என்பது தெரியும் என்பதால், வேறு எதைச் செய்வதைவிடவும் முதலில் நான் வாங்கிய புறாக்களை என்னை விரும்பச் செய்ய வேண்டும். அவற்றை விலை கொடுத்து வாங்கியிருப்பதால், அவை மீண்டும் பழைய எஜமானரிடம் போவதை நான் விரும்பவில்லை. தங்களுடைய புதிய வீட்டில் அவை விசுவாசமாக மகிழ்ந்திருக்க என்னால் முடிந்த எல்லா வற்றையும் செய்தேன்.

ஆனால் நடைமுறை வாழ்க்கை என்று ஒன்று இருக்கிறதே. மிகவும் தேவையான செயல்களிலிருந்து நான் தொடங்கியாக வேண்டும். முதல் சில வாரங்களுக்கு அவற்றை எங்கள் கூரை எல்லைக்கு உள்ளேயே வைத்திருக்க அவற்றின் இறக்கைகளைக் கட்டியாக வேண்டும். புறாக்களைப் பறக்கவிடாமல் இறக்கைகளைக் கட்டும் கலை கொஞ்சம் நுணுக்கமானது. ஒரு நூலை எடுத்துக் கொண்டு, ஒரு சிறகின் அடியை ஒட்டி, அதன் ஒரு முனையை விட்டுப் பின் மறு சிறகுக்கு மேலே விட்டு, பின் அடுத்த சிறகுக்குக் கீழே விட்டு, என்று இப்படி மாறி மாறிக் கடைசி சிறகு வரை செய்ய வேண்டும். பின், நூலின் மறுமுனையை எடுத்து, முதல் சிறகின் கீழே செலுத்தி, அடுத்த சிறகுக்கு மேலே செலுத்திக் கடைசி சிறகு வரை கொண்டு போய்ப் பின் இரண்டு முனைகளையும் முடிச்சுப் போட வேண்டும். கிட்டத்தட்ட தைப்பதைப் போன்றது. இது கொஞ்சமும் வலியில்லாத சிறை. இறக்கைகளை விரிக்கவோ, அடித்துக்கொள்ளவோ எந்தத் தடையும் இல்லை. இறக்கைகளை விரிக்கலாம், தன் அலகினால் மசாஜ் செய்துகொள்ளலாம். பறக்க மட்டும் முடியாது.

பிறகு என்னுடைய புதிய புறாக்களை மொட்டை மாடியின் வெவ்வேறு முனைகளில் அமர்த்தினேன். அவை அங்கிருந்து தங்கள் புதிய சுற்றத்தின் நிறத்தையும் தரத்தையும் காணமுடியும். குறைந்தபட்சம் பதினைந்து நாட்களாவது இப்படிச் செய்ய வேண்டும்.

இந்த இடத்தில், இதேபோல வண்ணக்கழுத்துப் புறா கட்டப் பட்டிருந்தபோது அவன் செய்த சேட்டையைச் சொல்லியாக வேண்டும். நவம்பரில் அவனை வேறு ஒருவருக்கு விற்றிருந்தேன். அவன் இறக்கைகள் நூலில் இருந்து விடுபட்டபின் என்னிடம் திரும்பி வருகிறானா என்பதைச் சோதிக்கவே அவனை விற்றேன்.

விற்ற இரண்டு நாட்களுக்குப் பின், அவனை வாங்கியவர் என்னிடம் வந்து, 'வண்ணக்கழுத்துப் புறா ஓடிவிட்டான்' என்றார்.

‘எப்படி? ’ என்றேன்.

‘எனக்குத் தெரியாது. ஆனால், அவனை என் வீட்டில் எங்கும் காணவில்லை.’

‘அவன் இறக்கைகளைக் கட்டியிருந்தீர்களா? அவனால் பறக்க முடியுமா? ’ என்று கேட்டேன்.

‘அவன் இறக்கைகள் கட்டப்பட்டுத்தான் இருந்தன’ என்றார்.

பீதி என்னைப் பிடித்துக் கொண்டது. ‘ஒட்டகத்தின் சகோதரனே, கழுதைக்குச் சொந்தக்காரனே, இங்கே ஓடி வருவதற்குப் பதிலாக, உன்னுடைய சுற்றுவட்டாரத்தில் அல்லவா அவனைத் தேடியிருக்க வேண்டும். அவன் இறக்கைகள் கட்டப்பட்டிருக்க, அவன் பறக்க முயற்சித்து உன்னுடைய கூரையிலிருந்து விழுந்து விட்டான் என்பது உனக்குத் தெரியவில்லையா? இவ்வளவு நேரத்துக்கு ஏதாவது ஒரு பூனையால் கொல்லப்பட்டு விழுங்கப்பட்டிருப்பான். இது ஒரு படுகொலை. தூதுப் புறாக்களின் சிகரமாக இருந்த ஒன்றை மனிதர்களிடமிருந்து பறித்துவிட்டாய். புறாக்களின் பெருமையை நீ கொன்றுவிட்டாய்’ என்று அவனைக் கடிந்து கொண்டேன்.

என் வார்த்தைகள் அந்த மனிதனை மொத்தமாகப் பயமுறுத்தி விட்டன. அவன் தன்னுடன் வந்து வண்ணக்கழுத்துப் புறாவைத் தேடுமாறு என்னைக் கெஞ்சினான். என் முதல் எண்ணமே வண்ணக்கழுத்துப் புறாவைப் பூனைகளிடமிருந்து மீட்பதாகத்தான் இருந்தது. ஒரு நாள் மதியம் முழுக்கச் செலவழித்தோம். ஆனால், ஒன்றும் பிரயோஜனமில்லை. பன்னிரெண்டு மணிநேரத்தில் என் வாழ்நாளில் அதுவரை பார்த்திருந்ததைவிட மகா மட்டமாகச் சந்துகளில் எல்லாம் தேடினேன். ஏதாவது ஒரு பயங்கரமான பூனை அவனைக் கண்டுகொள்ளும் முன் நான் அவனைக் கண்டுபிடித்து விட விரும்பினேன். ஆனால், அவனைக் கண்டுபிடிக்க முடியவில்லை. அன்றைய இரவு, வீட்டுக்குத் தாமதமாகத் திரும்பி, அதற்காக வாங்கிக்கட்டிக் கொண்டேன். நெஞ்சம் உடைந்த சிறுவனாகப் படுக்கச் சென்றேன்.

என்னுடைய நிலைமையை உணர்ந்த என் அம்மா, நான் வலியோடும் கொந்தளிக்கும் மனநிலையோடும் உறங்கப் போவதை விரும்பவில்லை. ‘உன் புறா பத்திரமாக இருக்கிறது. அமைதியான மனதோடு தூங்கு’ என்றார்.

‘எப்படியம்மா முடியும்?’

'நீ அமைதியாக இருந்தால், உன்னுடைய சாந்தமான எண்ணங்கள் உனக்கு உதவ முடியும். நீ நிம்மதியாக இருந்தால், உன்னுடைய அமைதி அவனையும் பதற்றமில்லாமல் வைத்திருக்கும். அவன் பதற்றமில்லாமல் இருந்தால் அவனுடைய மூளை நன்கு வேலை செய்யும். உனக்குத் தெரியுமே வண்ணக்கழுத்துப் புறாவின் மூளை எத்தனை கூர்மையானதென்று. அமைதியாக வேலை செய்தால், எல்லாத் தடைகளையும் உடைத்து வீட்டையும் பாதுகாப்பையும் அவன் அடைவான். இப்போது எங்கெங்கும் நிறைந்திருக்கும் கருணையிடம் பிரார்த்தித்து நம்மைச் சாந்தப்படுத்திக் கொள்வோம்.' பின், இரவின் அமைதி எங்களைச் சூழ்ந்திருக்க அரை மணிநேரம் 'நான் சாந்தமாக இருக்கிறேன். இருக்கும் எல்லாமே சாந்தமாக இருக்கின்றன. அமைதி அமைதி அமைதி எல்லாருக்கும் போய்ச் சேரட்டும். ஓம் ஷாந்தி, ஷாந்தி, ஷாந்தி!' என்று சொல்லிக் கொண்டிருந்தோம்.

உறங்கப் போகும் முன் என் அம்மா, 'இப்போது உனக்கு எந்தக் கெட்ட கனவும் வராது. இப்போது தெய்வத்தின் அமைதியும் கருணையும் உன்னில் கிளர்ந்து எழுந்திருக்கின்றன, நீ அமைதியான முழுமையான ஓய்வைப் பெறுவாய்' என்றார்.

அது பயன் தந்தது என்பதில் சந்தேகம் ஏதுமில்லை. காலை பதினோரு மணி சுமாருக்கு, வண்ணக்கழுத்துப் புறா வானில் பறந்து வந்தான். உயரத்தில் பறந்தான். அவன் தன் இறக்கைகளை எப்படி விடுவித்துக்கொண்டான் என்பதை அவனுடைய மொழியிலேயே உங்களுக்குச் சொல்ல வேண்டும். மீண்டும் கனவின் இலக்கணத்தையும் கற்பனையின் அகராதியையும் உபயோகப்படுத்துவோம்.

எங்கள் வீட்டுக் கூரையில் உட்கார்ந்து கொண்டு, 'பல மொழிகளை அறிந்தவரே' என்று தொடங்கினான். 'அந்த மனிதனின் வீட்டில் ஒரு நாள்கூடஎன்னால் தாக்குப்பிடிக்க முடியவில்லை. உண்பதற்குப் புழுத்துப் போன தானியங்களையும் குடிப்பதற்குக் கெட்டுப்போன தண்ணீரையும் எனக்குத் தந்தான். என்ன இருந்தாலும் நானும் ஓர் உயிர். என்னை ஏன் கல்லைப்போலவோ கண்ணாடிச் சில்லைப்போலவோ நடத்தவேண்டும். மேலும், என் இறகுகளை மிக மட்டமாக நாறும் மீன்பிடி நரம்பைக் கொண்டு கட்டிவிட்டான். அப்படிப்பட்டவனோடு எப்படி இருக்க முடியும்? ஒருபோதும் இருக்க முடியாது. அவன் வீட்டின் வெள்ளைக் கூரையின் மேல் என்னை வைத்துவிட்டு கீழே போய்விட்டான். பிறகு என் இறக்கைகளை அடித்துப் பறந்தேன். ஆனால் என்

இறக்கைகள் கனமாக இருந்தன, பறக்கும்போதுவலித்தது. அதனால், பக்கத்துச் சந்திலிருந்த ஒரு கடையின் பந்தலில் விழுந்தேன். அங்கு உட்கார்ந்து கொண்டு, உதவிக்கு யாரும் வருகிறார்களா என்று காத்துக் கொண்டிருந்தேன். சில உழவாரக் குருவிகள் பறந்து போவதைப் பார்த்தேன். அவற்றை அழைத்தேன், ஆனால் அவை என் நண்பர்கள் அல்ல;

ஒரு காட்டுப் புறாவைப் பார்த்தேன். அதையும் அழைத்தேன். ஆனால், அதுவும் எதுவும் செய்யவில்லை. அப்போது ஒரு கருப்பு நிறப் பூனை என்னை நோக்கி வருவதைக் கண்டேன். சாவு நான்கு கால்களோடு வருகிறது. அது கிட்டே வர வர, அதன் நீலக் கண்கள் சிவந்தன. அது பதுங்கிப் பாயத் தயாரானது. நானும், அதன் தலைக்கு மேல் தாவி, அந்தப் பந்தலுக்கு ஐந்தடிக்கு மேலே இருந்த விளிம்புக்குப் பறந்தேன். அங்கு ஒரு உழவாரக் குருவி குடித்தனம் வைத்திருந்தது. மிகக் கடினமாக இருந்தாலும், அந்தக் கருப்புப் பூனை மறையும் வரை நான் அந்த விளிம்பில் ஒட்டிக் கொண்டிருந்தேன். இப்போது மீண்டும் தாவினேன். எனக்கு நான்கு அல்லது ஐந்தடிக்கு மேலேதான் கூரை இருந்தது. அங்கே உட்கார்ந்து கொண்டேன். ஆனால், என் இறக்கை வலித்தது. வலியைக் குறைக்க, என் சிறகுகளின் வேர்களை மசாஜ் செய்து கொண்டேன்.

ஒவ்வொரு சிறகாக என் அலகு ஒத்தி தடவிக் கொண்டிருந்தபோது, ஏதோ ஒன்று நழுவியது. என்னுடைய சிறிய சிறகு ஒன்று, மட்டமாக நாற்றமடித்த மீன்பிடிக்கும் நரம்பிலிருந்து வெற்றிகர மாக வெளிவந்துவிட்டது. அடுத்த சிறகையும் ஒத்தி தடவிக் கொடுத்தேன். அதுவும் வெளிவந்துவிட்டது. என்னவொரு பெருமை! சீக்கிரமே மொத்த இறக்கையும் விடுபட்டது. அதே நேரத்தில் அந்தக் கருப்புப் பூனை மறுபடியும் கூரையில் தோன்றியது. ஆனால், இப்போது என்னால் பத்தடி தூரமாவது பறக்க முடிந்தது. ஒரு உயர்ந்த கட்டடத்தின் விளிம்பை அடைந்தேன். அங்கு உட்கார்ந்துகொள்ள ஏதுவாக ஓரிடம் இருந்தது. அங்கிருந்து அந்த கொலைகாரப் பூனையைக் கவனித்தேன். என் இறக்கையிலிருந்து விழுந்த மீன்பிடி நரம்பின் மீது பாய்ந்து குதித்துக் கொண்டிருந்தது. அதன் செய்கை எனக்கு புதிய விஷயத்தை உணர்த்தியது. நான் அதை ஈர்க்கவில்லை, அந்த மீன்பிடி நரம்பின் வாடையே அதை ஈர்த்திருக்கிறது.

தொடர்ந்து என்னுடைய மற்றொரு இறக்கையில் கட்டப்பட்டிருந்த நரம்பையும் கடித்து அழுத்தம் கொடுத்தேன். பாதி சிறகுகளை விடுவிப்பதற்குள் இரவு வந்துவிட்டது. அந்த நாற்றமெடுக்கும் நரம்பை என்னிலிருந்து முழுவதும் தூக்கி எறிந்தபின் வீட்டுக்குப்

பறக்க விடியல் வரை காத்திருக்க வேண்டியதாகிவிட்டது. ஏனென்றால், அந்தியில் ஆந்தைகள் பறக்கும்; அதைத் தொடர்ந்து பருந்துகள் வரும். காற்று முழுதும் பாதுகாப்பான பாதையாக இருக்க நான் விரும்பினேன். இப்போது நான் வீட்டில் இருக்கிறேன். எனக்குப் பசிக்கிறது. தாகமாகவும் இருக்கிறது. '

என்னுடைய புதிய புறாக்களுக்கு நான் செய்த முதல் காரியம், உணவும் நல்ல தண்ணீரும் கொடுத்தது தான். ஒரு நாளும் அவை தாம் குளித்த தண்ணீரைக் குடிக்கவிட்டதில்லை. வண்ணக்கழுத்துப் புறாவின் இறக்கை மீன் வாடை அடித்ததால், மற்ற புறாக்களிலிருந்து அவனுக்கு மட்டும் தனியே ஒரு கூண்டைக் கொடுத்தேன். ஒரு நல்ல சமூகத்தில் நுழைய அவனுக்கு மூன்று நாட்களும் மூன்று குளியல்களும் தேவைப்பட்டன. இப்படி வருத்தப்பட வைக்கும் அளவுக்குச் செய்துவிட்டான் என்னிடம் வண்ணக்கழுத்துப் புறாவை வாங்கியவன். அவனிடம் வாங்கிய காசை என் தந்தை திருப்பிக் கொடுக்கவைத்துவிட்டார் என்பதையும் இங்கே சொல்லிவிடுகிறேன்.

உண்மையில் எனக்கு அந்தக் காசைக் கொடுக்க மனம் இல்லை. ஆனால், இப்போது என் அப்பா சொன்னபடி நடந்து கொண்டது தான் சரி என்று உணர்கிறேன். பதினைந்து நாட்களுக்குப் பின், என்னுடைய புதிய பறவைகளின் கட்டுக்களை அவிழ்த்துவிடும் முன், என்னை விரும்ப அவற்றுக்கு லஞ்சம் கொடுத்தேன். ஒவ்வொரு நாள் காலையிலும் கொஞ்சம் சிறுதானியத்தையும் வேர்க்கடலைகளையும் நெய்யில் நெய்யில் கலந்து வைப்பேன். ஒருநாள் முழுக்க அவை ஊறிய பின், என்னுடைய ஒவ்வொரு பறவைக்கும் ஒரு டஜன் கடலைகளைத் தருவேன். அவற்றுக்கு இந்த ருசியான கடலைகள் பிடித்துப் போய் விட்டன.

இரண்டே நாட்களில், மாலை ஐந்து மணிக்கு முன் என்னிடம் வந்து நெய்க் கடலைக்காகக் கெஞ்சும் பழக்கத்தை உருவாக்கிக் கொண்டு விட்டன. அடுத்த மூன்று நாட்களில், ஐந்து மணிக்கு இன்னும் பதினைந்து நிமிடங்கள் இருக்கும்போதுஅவற்றின் இறக்கைகளை மெதுவாக விடுவித்தேன். தங்கள் விடுதலையை உணர்ந்த நொடியில் அவை அனைத்தும் பறந்தன. ஆனால் பாவம், தங்கள் சுதந்திரத்தை உணர்ந்த பரவசம் தணிந்த பிறகு, நெய்க் கடலைக்கும் சிறுதானியங்களுக்கும் ஆசைப்பட்டு மீண்டும் கூரையில் வந்த அமர்ந்தன. புறாக்களின் நம்பிக்கையை வெல்ல, அவற்றின் வயிற்றை நிறைக்க வேண்டியிருப்பது பரிதாபம் தான். ஆனால், அந்தோ பரிதாபம், இந்த விஷயத்தில் புறாக்களைப்போலவே நடந்துகொள்ளும் ஆண்களையும் பெண்களையும் நான் பார்த்திருக்கிறேன்.

10

தொடரும் போர்ப் பயிற்சி

நாள் மாறி நாள் வரப் புதிதாய்ச் சேர்ந்த புறாக்கள் மெதுவாக வீட்டிலிருந்து கொஞ்சம் தொலைவாகப் பறக்கக் கற்றுக் கொண்டன. ஒரு மாதம் முடியும்போது அவை வீட்டிலிருந்து ஐம்பது மைல்களுக்கும் மேல் தொலைவில் கொண்டு செல்லப் பட்டு, விடுவிக்கப்பட்டன. தங்களுடையை முந்தைய முதலாளி யிடமே திரும்பப் பறந்து போய்விட்ட இரண்டைத் தவிர மீதி அனைத்தும் வண்ணக்கழுத்துப் புறாவின் தலைமையில் என்னிடம் திரும்பிவிட்டன.

யாரும் மறுக்க முடியாத தலைமை என்பது அத்தனை எளிதாகத் தீர்மானித்துவிடக் கூடியதல்ல. உண்மையில், வண்ணக்கழுத்துப் புறாவுக்கும் இரண்டு புதிய பெடைகளான ஹிரா மற்றும் ஜகோரேவுக்கும் இடையே தீவிரமான யுத்தம் நடந்தே இதைத் தீர்மானிக்க வேண்டியிருந்தது. இதில் ஜகோரே சுத்தமான கருப்பு டம்ப்ளர். அதன் சிறகுகள் கருஞ்சிறுத்தையின் தோலைப் போல் மின்னும். ஜகோரே மென்மையானது, கடுமையானது அல்ல. ஆனாலும், வண்ணக்கழுத்தை மொத்தக் கூட்டத்தின் தலைவனென்று ஏற்றுக்கொண்டு பணிய மறுத்தது. தூதுப் புறாக்கள் எத்தனை சண்டைக்காரர்கள் என்றும் எவ்வளவு பெரிதாகத் தங்களைக் காட்டிக்கொள்பவை என்றும் உங்களுக்குத் தெரியும்.

எங்களுடைய கூரைக்கு மேல் அத்தனை ஆண் தூதுப் புறாக்களும் கண்ணுக்கெட்டிய தூரம் வரை உள்ள அனைத்தும் தங்கள் ஆளுகைக்குட்பட்டது என்று நினைத்துக்கொண்டு கம்பீர நடை போட்டபடி கத்திக் கொண்டும் பேசிக் கொண்டும் இருக்கும். வண்ணக்கழுத்துப் புறா தன்னை வீர சிவாஜி என்று நினைத்துக் கொண்டிருந்தது என்றால், சூரியனின் மையப்பகுதியைப் போன்ற வெண்மையான ஹிரா, தன்னை மாமன்னர் அசோகன் என்று நினைத்துக் கொண்டிருந்தது. தூதுப் புறா இல்லை என்றாலும் கருப்பு வைரமான ஜகோரே தன்னை புருஷோத்தமனும் ராஜராஜனும் உருக்கிச் செய்யப்பட்டதாக அறியவைத்துக் கொண்டிருந்தது. இந்த மூன்றைத் தவிர வேறு சில கர்வம் பிடித்த ஆண் புறாக்களும் இருந்தன. ஆனால், அவை இந்த மூன்று புறாக்களில் ஏதோ ஒன்றால் தோற்கடிக்கப்பட்டிருந்தது. இப்போது ஒட்டுமொத்தக் கூட்டத்துக்கும் யார் தலைவன் என்ற கேள்விக்குச் சண்டை தேவை.

ஒருநாள் ஹிரா தன் சிறகுகளைக் கோதிக்கொண்டே, திருமதி ஜகோரே முன்னிலையில் ஏதோ உளறிக் கொண்டிருந்தது. திருமதி ஜகோரே, சுத்த கருப்பு. ரத்தக்கல்போலச் சிவப்பான கண்கள். இது கொஞ்ச நேரம் கூடத் தொடர்ந்திருக்காது, எங்கிருந்தோ ஜகோரே பாய்ந்து வந்து ஹிராவின் மேல் விழுந்தது. ஹிராவும், பயங்கரக் கோபத்தில் ஒரு பேயைப்போலச் சண்டையிட்டது. மூக்கும் மூக்கும், காலும் காலும், இறக்கையும் இறக்கையும் மோதிக் கொண்டன. இரண்டு ஆண்களும், ஒன்றை ஒன்று புடைத்துக் கொண்டிருக்கும் இடத்திலிருந்து மற்ற எல்லாப் புறாக்களும் பறந்து ஓடின. வண்ணக்கழுத்துப் புறா அவர்களுக்கு மேலே, ஒரு டென்னிஸ் நடுவரைப் போல் சாந்தமாக உட்கார்ந்திருந்தது.

அரை டஜன் முறை மாறி மாறித் தாக்கிக்கொண்டபின், ஹிரா வென்றது. பெருமையின் எல்லைக்கே சென்ற அது, தன் நெஞ்சை விரித்துக் கொண்டு திருமதி ஜகோரேவிடம் போய் ‘மேடம், உன் வீட்டுக்காரன் ஒரு கோழை. நான் எவ்வளவு நன்றாய் இருக்கிறேன் பார். பக், பக்கூம், கும்கும்’ என்று சொல்வதுபோல நின்றது. திருமதி ஜாகோரே, ஹிராவின் மீது ஒரு கேவலமான பார்வையை வீசிவிட்டு, தன் கணவனோடு இணைய இறக்கையை அடித்துக் கொண்டு தன் வீட்டுக்குச் சென்றுவிட்டது. ஹிரா, அசிங்கப்பட்டு வாடிப் போய்விட்டது. பிறகு திடீர்க் கொந்தளிப்பில், கடுங்கோபத்துடன் வண்ணக்கழுத்துப் புறாவின் மீது பாய்ந்தது. இதை எதிர்பார்க்காத வண்ணக்கழுத்துப் புறா கடுமையான முதல் தாக்குதலில் கிட்டத்தட்ட தோற்றுவிட்டது. வண்ணக்கழுத்துப்

புறாவுக்கு மயக்கம் வரும் அளவுக்கு ஹிரா கொத்தவும் இறக்கைகளால் அடிக்கவும் செய்தது. அதனால் வண்ணக்கழுத்துப் புறா தப்பி ஓடியது. கூடவே இந்தப் பைத்தியமும் துரத்திக்கொண்டு ஓடியது. பம்பரங்கள்போல இரண்டும் வட்டமிட்டு ஓடின. எது துரத்துகிறது எது துரத்தப்படுகிறது என்றே என்னால் கண்டுபிடிக்க முடியவில்லை. அவை போன வேகத்தில் ஓட்டத்தை நிறுத்தி ஒன்றை ஒன்று கொத்தி அடித்துக் கொண்டிருந்ததை என்னால் பார்க்கக்கூடமுடியவில்லை. இறக்கை இறக்கையை அடிக்கும் ஓசை அச்சுறுத்தும் இரைச்சலாகக் காற்றை நிரப்பியது. இப்போது எல்லாத் திசைகளிலும் சிறகுகள் பறக்கத் துவங்கின.

திடீரென்று, மூக்கோடு மூக்கு வைத்துக்கொண்டு, நகத்தோடு நகம் கோர்த்துக்கொண்டு இரண்டும் குஸ்தி போட்டுக்கொண்டு தரையில் உருண்டன. இரண்டும் கடுங்கோபத்தின் ஒற்றை உருவமாக உருமாறின. அந்த வழியில் எந்த முடிவையும் அடையமுடியாது என்பதை உணர்ந்து வண்ணக்கழுத்துப் புறா தன் எதிரியின் பிடியிலிருந்து தன்னை விடுவித்துக்கொண்டு காற்றில் உயரே பறந்தது. ஹிராவும், தன் இறக்கையை வேகமாக அடித்துக் கொண்டு அதைத் தொடர்ந்தது. தரைக்கு மூன்று அடிக்கு மேலே, வண்ணக்கழுத்துப் புறா தன் நகங்களைக் கழுகின் நகங்களைப் போல ஹிராவின் மூச்சுக் குழாயைச் சுற்றிப் போட்டு, மேலும் மேலும் இறுக்கிப் பிடித்தது. அதே நேரத்தில், தொடர்ந்து பயங்கரமாகத் தன் இறக்கையைக் கொண்டு அடித்தது. முள் கதாயுதம் போன்ற அந்த இறக்கைகள், எதிரியின் உடம்பிலிருந்து பனியைப் போன்ற சிறகுகளைப் பொழியச் செய்தது.

இப்போது, பொழியும் சிறகு மழையில் மறைந்து இரண்டும் தரையில் உருண்டு, பித்தேறிய பாம்புகள்போலத் தீவிரமாக ஒன்றை ஒன்று கொத்திக் கொண்டன. கடைசியில் ஹிரா விட்டுவிட்டது. கிழிந்த வெள்ளை மலர்போல வாடி தரையில் வீழ்ந்தது. அதன் ஒரு கால் வேறு பிசகிவிட்டது. வண்ணக்கழுத்துப் புறாவுக்கோ, கழுத்திலும் தொண்டையிலும் சுத்தமாகச் சிறகுகள் எதுவுமே இல்லை. ஆனால், ஏதோ ஒரு வழியில் சண்டை முடிந்ததில் அவனுக்குச் சந்தோஷம். ஹிரா மட்டும் தன் பாதி சக்தியை ஜகோரேயுடனான சண்டையில் செலவிட்டிருக்காவிட்டால், தன்னால் ஜெயித்திருக்க முடியாது என்று வண்ணக்கழுத்துப் புறாவுக்கு நன்றாகவே தெரியும். எப்படியிருந்தாலும், நல்ல வகையில் முடிவதெல்லாம் நன்மைக்கே.

ஹிராவின் காலுக்கு நான் கட்டு போட்டுவிட்டு, மேலும் அவசியமானதைச் செய்தேன். அடுத்த முப்பது நிமிடங்களில், புறாக்கள் அனைத்தும் அந்நாளின் கடைசி உணவை உண்டு கொண்டிருந்தன. சமீபத்தில் என்ன நடந்தது என்பதை அவை முழுமையாக மறந்துவிட்டது போலிருந்தன. அவற்றின் ரத்தத்தில் எந்த விதப் பிணக்கோ காழ்ப்புணர்ச்சியோ இல்லை. அவை யெல்லாம் நல்ல குடும்பத்திலிருந்து வந்தவை என்பதில் எந்தச் சந்தேகமும் இல்லை. அவற்றில் சிறிய புறாக்களில்கூட நல்ல விதமான வளர்ப்பு இருந்தது. ஹிரா, தன்னுடைய தோல்வியைப் பண்பான மனிதனைப்போல் ஏற்றுக் கொண்டது என்பதையும் இங்கே சொல்லியாக வேண்டும்.

இப்போது ஜனவரி மாதம் பிறந்துவிட்டிருந்தது. குளிர்ந்த வானிலையும் தெளிவான வானமும் இருக்கப் புறாக்களுக்கான பரிசுப் போட்டி துவங்கியது. ஒவ்வொரு மனிதனுடைய பறவைக் கூட்டமும் மூன்று வகைகளில் சோதிக்கப்பட்டன. அவை, குழு ஒற்றுமை, தொலைதூரம் பறத்தல் மற்றும் ஆபத்துக்கிடையில் பறத்தல். முதல் வகைமையில் நாங்கள் முதற்பரிசு வாங்கி விட்டோம். அதன் பிறகு நடந்த ஒரு சோகமான சம்பவத்தால் அடுத்த இரண்டு போட்டிகளில் எங்களால் பங்கெடுக்க முடியவில்லை. அது என்ன என்பதை அதற்குரிய இடத்தில் நீங்கள் அறிவீர்கள்.

குழு ஒற்றுமைப் போட்டி இப்படித்தான் இருக்கும். வெவ்வேறு புறாக் கூட்டங்கள் அவரவர் வீடுகளிலிருந்து மேலெழும்பிப் பறக்கும். தங்கள் எஜமானர்களின் சீட்டிகள் மற்றும் அவர்களை உணர்த்தும் வேறு சப்தங்கள் கேட்காத தூரத்துக்குச் சென்றவுடன், தனித்தனியான குழுக்கள் ஒன்றிணையும். பிறகு அவை அனைத்தும் எதற்குத் தகுதியுண்டு என்று நினைக்கின்றனவோ அந்தப் புறாவின் தலைமையில் பறக்க ஒப்புக்கொள்ளும். புறாக்களின் புத்தியும் உள்ளுணர்வும் மேலோங்கியிருக்கும் ஆகாயத்தில் இவையனைத்தும் நடக்கும். எந்தப் பறவை முன்னால் பறக்கிறதோ, எது வழிநடத்த அனுமதிக்கப்படுகிறதோ அது தனக்கு அளிக்கப்பட்ட கௌரவத்தின் இயல்பையும் காரணத்தையும் உணராமலேயே வழிநடத்தும்.

வெப்பம் நாற்பத்தைந்து ஃபேரன்ஹீட்டுக்கு இறங்கிவிட்டது. இந்தியாவின் எங்கள் பகுதியில் அதுவொரு நல்ல குளிர்ந்த காலை. உண்மையில், அது அந்த வருடத்திலேயே குளிர்ச்சியான நாள். மேலே வானம், வழக்கமாய்க் குளிர்காலத்தில் இருப்பதுபோல மேகங்களற்று, பிரமாண்ட நீலமாணிக்கக் கல்போல இருந்தது. வெளிர்சிவப்பு, நீலம், வெள்ளை, மஞ்சள் வண்ணங்களில் இருந்த

நகர வீடுகள், விடியலின் பலவண்ணப் பள்ளத்திலிருந்து எழும் ராட்சதர் படைபோல இருந்தன. தொலைவில், அடிவானம் பழுப்பு மற்றும் ஊதா நிறங்கள் கொண்டு எரிந்தது. தேன் நிறத்திலும் ஊதா நிறத்திலும் உடையணிந்த ஆண்களும் பெண்களும் தங்கள் காலைப் பிரார்த்தனைகளை முடித்துவிட்டு, வீட்டு மாடிகளில் கைகளை உயர்த்தி சூரிய நமஸ்காரம் செய்து கொண்டிருந்தார்கள்.

நகரத்தின் சப்தங்களும் வாசனைகளும் இரவின் பிடியிலிருந்து விடுவிக்கப்பட்டன. பருந்துகளும் காகங்களும் தங்கள் குரல்களால் காற்றை நிரப்பின. அந்தச் சத்தத்திலும் புல்லாங்குழல் வாசிப்பவர் களின் பாடலைக் கேட்க முடிந்தது. போட்டி தொடங்கியதற்காக சமிக்ஞை சீட்டி அடிக்கப்பட்ட அந்த நொடியில், ஒவ்வொரு புறா வளர்ப்பாளரும் தன் வீட்டின் கூரையிலிருந்து வெள்ளைக் கொடியை அசைத்தார்கள். உடனடியாக எங்கிருந்தோ எண்ணற்ற புறாக் கூட்டங்கள் வானத்தில் உயர்ந்தன. கூட்டம் கூட்டமாக, வண்ண வண்ணமாக, அவற்றின் படபடக்கும் இறக்கைகள் அவற்றை நகரத்துக்கு மேலே கொண்டு சென்றன. காகங்களும், சிவப்பும் பழுப்புமான பருந்துகளும், பத்தாயிரக் கணக்கான டம்பளர்களும் தூதுப் புறாக்களும் இடியைப்போல வான்புகும் முன்பே, ஓடி மறைந்துவிட்டன.

சீக்கிரமே, காற்றாடி போன்ற வடிவத்தில் பறந்து கொண்டிருந்த ஒவ்வொரு கூட்டமும், பெரிய காற்றுச் சுழியில் சிக்கிக் கொண்ட பல மேகங்கள்போல வானத்தில் வட்டமடித்தன. ஒவ்வொரு நொடியும் அவை மேலே ஏறிக் கொண்டே இருந்தாலும், வெகு நேரம் ஒவ்வொரு புறா உரிமையாளரும் தன் கூட்டத்தை மற்றவருடையதில் இருந்து தனித்து அறிய முடிந்தது. கடைசியில் தனித்தனி கூட்டங்கள் ஒன்றாகக் கலந்து இறக்கைகளால் ஆன கெட்டியான சுவர்போலப் பறந்தபோதும், அவை பறந்த விதத்தைக் கொண்டே, என்னால் வண்ணக்கழுத்துப் புறா, ஹிரா, ஜகோரே மற்றும் இன்னும் அரை டஜன் புறக்களை அடையாளம் காண முடிந்தது. ஒவ்வொரு பறவைக்கும் தனிப்பட்ட குணாதிசயங்கள் உண்டு, அவை பறக்கும்போது அதைக் காண முடிந்தது. ஒவ்வொரு உரிமையாளரும் ஒரு குறிப்பிட்ட புறாவின் கவனத்தைப் பெற, உரத்த சீட்டியை பிரத்யேக நிறுத்தங்களோடு அடிப்பார். சத்தம் கேட்கும் தூரத்தில் இருந்தால், அந்தப் பறவையின் கவனத்தை ஈர்க்கும்.

கடைசியில் மொத்தக் கூட்டமும் எந்தவொரு புறா வளர்ப்பாளரும் முரசு கொட்டினால் கூடக் கேட்காத உயரத்தை அடைந்துவிட்டன.

இப்போது அவை வட்டமிடுவதை நிறுத்திவிட்டு ஒருபக்கமாக நகரத் துவங்கின. தலைமைக்கான போட்டி தொடங்கிவிட்டது. அவை வானத்தின் ஒரு திசையிலிருந்து மற்றொன்று நோக்கி நகர, உரிமையாளர்கள் நாங்கள், புறாக்கள் தங்களை வழிநடத்த அனுமதிக்கும் புறாவின் குணாதிசயங்களைக் கவனிக்க மேலே பார்த்துக் கொண்டிருந்தோம். ஒரு சமயம் என்னுடைய ஜகோரே வழிநடத்தும் போல் இருந்தது. ஆனால், அது கூட்டத்தின் முன்பகுதியை அடைந்த சில நேரங்களிலேயே, எல்லாப் புறாக்களும் வலப்பக்கம் திரும்பிவிட்டன. அது பின்தொடர்ந்து பறப்பவர்களிடையே குழப்பத்தைக் கொண்டுவந்தது. குதிரைப் பந்தயக் குதிரைகள் போல வகைவகையாகப் பெயர் தெரியாத புறாக்களும் முன்னால் வந்தன. ஆனால், சிறிது நேரத்தில் அவை ஒவ்வொன்றும் மீதி கூட்டத்தால் பின்னுக்குத் தள்ளப்பட்டன. இப்படி அடிக்கடி நடக்க, போட்டியில் ஆர்வத்தை இழக்கத் துவங்கிவிட்டோம். ஏதோவொரு அறியப்படாத புறா, அதிகம் பலராலும் விரும்பப்பட்ட தலைமைக்கான பரிசைத் தட்டிச் செல்லும் என்று தோன்றியது.

இப்போது திடீரென்று பல வீடுகளின் மாடியிலிருந்து 'வண்ணக் கழுத்துப் புறா! வண்ணக்கழுத்துப் புறா! வண்ணக்கழுத்துப் புறா!' என்ற கூச்சல் எழுந்தது. புறா விரும்பிகள் பலர் அவனுடைய பெயரைக் கூவிக் கொண்டிருந்தார்கள். இப்போது என்னால் கொஞ்சம் கூடப் பிழையில்லாமல் காண முடிந்தது. தலைவர்களுள் தலைவனாக என்னுடைய புறா ஒரு பெரிய கூட்டத்தின் முன்னின்று, அவர்களுடைய பயணத்தை வழிநடத்தியது. எத்தனை பெருமிதமான தருணம் அது! அவன் அவர்களை இந்த அடிவானத்திலிருந்து அந்த அடிவானம் நோக்கி வழிநடத்தினான். ஒவ்வொரு முறையும் புறாக்கள் சீரான இடைவெளியில் சில அடிகள் மேலே உயர்ந்தன. காலை எட்டு மணியளவில் வானத்தின் எந்த மூலையிலும் ஒரு புறாவைக்கூடக் காணமுடியவில்லை. இப்போது எங்கள் கொடிகளைச் சுருட்டிவைத்துவிட்டு, பாடங்களைப் படிக்கக் கீழே சென்றுவிட்டோம். மதியம் நாங்கள் மீண்டும் மாடிக்குச் சென்றபோது, புறாக்கூட்டம் மொத்தமாக இறங்குவதை அனைவராலும் பார்க்க முடிந்தது. வண்ணக் கழுத்துப் புறாதான் இன்னமும் வழிநடத்திக் கொண்டிருந்தான். மறுபடியும் 'வண்ணக்கழுத்து! வண்ணக்கழுத்துப் புறா! வண்ணக் கழுத்துப் புறா!' என்ற சத்தம் உயர்ந்தது. புறாக்களுக்குத் தலைவனாக நான்கு மணிநேரத்துக்கு மேல் நிலைத்திருந்ததால், அவன் பரிசை வென்றான். மேலே சென்றதுபோலவே கீழே இறங்கிக் கொண்டிருந்தான் அவன்- இப்போது தலைவன்!

பறப்பதன் அபாயகரமாக நிகழ்வு இப்போது வந்தது. அந்தப் பெரிய கூட்டத்தின் தளபதி கலைந்து செல்ல ஆணையிட்டான். பெரிய கூட்டத்திலிருந்து ஒவ்வொரு கூட்டமாகப் பிரிந்து, தங்கள் வீடு நோக்கிச் சென்றன. ஆனால், மிக வேகமாகச் செல்லவில்லை. அவர்கள் வீடு நோக்கிச் செல்லும்போது, அவர்களுக்கு மேலே வானத்தில் யாராவது காவல் காக்க வேண்டும். மற்ற போட்டி யாளர்களின் புறாக்கள் கீழிறங்க, அவர்களைப் பின்னிருந்து காவல்காக்க, வண்ணக்கழுத்துப் புறா என்னுடைய சிறிய புறாக் கூட்டத்தை ஒரு குடையாய் வியூகம் அமைத்து நிறுத்தினான். இதுதான் தலைமைக்குக் கொடுக்கும் விலை. வேறு வார்த்தைகளில் சொல்வதென்றால் தியாகம்.

ஆனால், இப்போது கோரமான முடிவொன்று துவங்கியது. இந்தியாவில் குளிர்காலங்களில், பெரும்பருந்து இனத்தில் ஒன்றான ராஜாளி தெற்குப் பக்கம் வரும். அவை இறந்த மிருகங்களின் இறைச்சியை உண்ணாது. கழுகையும் பருந்தையும் போல, ராஜாளியும் தான் தன் நகங்களால் கொன்றதை மட்டுமே உண்ணும். அவை மோசமானவை, கபடம் நிறைந்தவை. கழுகுகளில் கொஞ்சம் தாழ்வானவை என்று நினைக்கிறேன். அவற்றின் இறக்கைகள் ஓரத்தில் கிழிந்திருக்காது என்றாலும், அவை பருந்தைப்போல இருக்கும். ஜோடியாகப் பருந்துக் கூட்டத்துக்குக் கொஞ்சம் மேலே பறக்கும். இதனால், இவற்றின் இரையின் பார்வையிலிருந்து தப்பித்துவிடும். ராஜாளிகள் தங்கள் இரையைப் பார்க்க முடியும். ஆனால், இரைகளால் அவற்றைப் பார்க்க முடியாது.

வண்ணக்கழுத்துப் புறா தலைமைக்கான போட்டியில் வென்ற சற்று நேரத்தில், பருந்துக் கூட்டத்துக்கு மேலே ஒரு ராஜாளி ஜோடி பறந்து கொண்டிருப்பதைப் பார்த்தேன். அந்த நொடியிலேயே, விரல்களை என் வாயில் வைத்து கிறீச்சென்று சீட்டியடித்தேன். வண்ணக்கழுத்துப் புறா என்னுடைய சமிக்ஞையைப் புரிந்து கொண்டான். தான் மையத்தில் நின்று கொண்டு, மற்றவர்களின் இடத்தை மாற்றியமைத்தான். இப்போது அந்தக் கூட்டம் ஒரு பிறையைப் போன்ற வடிவத்தில் பறந்து கொண்டிருந்தது. ஜகோரேவையும் ஹிராவையும் பிறையின் இரண்டு முனைகளைப் பார்த்துக்கொள்ளப் பணித்தான். மொத்தக் கூட்டமும் ஒரு பெரிய பறவையைப்போல ஒன்றாகப் பறந்தன. வேக வேகமாகக் கீழே இறங்கத் துவங்கின. அவை எதற்காக வானத்தில் ஏறினவோ அந்த வேலை இப்போது முடிந்திருந்தது. அவர்களோடு காலையில்

விளையாடிக் கொண்டிருந்த புறாக்கூட்டங்கள் தங்கள் வீடுகளுக்குச் சென்றுவிட்டன.

இவை வேகமாக இறங்குவதைக் கண்டு ஒரு ராஜாளி, இமாலய விளிம்பிலிருந்து விழும் பாறைபோல அவர்கள் முன்னால் விழுந்தது. என் பறவைகள் இருக்கும் நிலைக்கு வந்தவுடன் தன்னுடைய இறக்கையை விரித்து அவர்களை நேருக்கு நேர் எதிர் கொண்டது. இதுவொன்றும் புதிதல்ல. ஒவ்வொரு ராஜாளியும் புறாக் கூட்டத்தைப் பயமுறுத்த இதையே செய்து வந்திருக்கிறது. அதில் பதினொன்றுக்கு பத்து முறை வெற்றியும் பெற்றுவிடும் என்பதை மறுக்க முடியாது. அவை புறாக்களின் முன்னால் வரும் போது, புறாக்கள் தங்கள் உறுதி இழந்து, பீதியில் ஓர் ஒழுங்கில்லாமல் எல்லாத் திசைகளிலும் பறக்கும். இப்போதும், அந்த ராஜாளி அதைத்தான் எதிர்பார்த்தது என்பதில் சந்தேகமில்லை. ஆனால், தந்திரமான நம் வண்ணக்கழுத்துப் புறா, கொஞ்சம்கூட அசராமல், இறகுகளை அடித்துக் கொண்டு, மொத்தக் கூட்டத்தையும் எதிரிக்கு ஐந்தடிக்குக் கீழே பறக்கச் செய்தது. எதிரி ஒருபோதும் ஒற்றுமையாக இருக்கும் கூட்டத்தைத் தாக்காது என்பதை அறிந்தே அவன் இப்படிச் செய்தான்.

அவன் சில நூறு அடிகள் பறந்திருக்க, இரண்டாவது ராஜாளி, பெண் ராஜாளியாக இருக்கலாம், புறாக்களின் முன்னால் விழுந்து தன் கணவனைப்போலவே இறக்கையை விரித்தது. ஆனால், வண்ணக்கழுத்துப் புறா கொஞ்சமும் அலட்டிக்கொள்ளவில்லை. மொத்தக் கூட்டத்தையும் அந்த ராஜாளியை நோக்கி நேராகச் செலுத்தியது. இதை நினைத்துப் பார்க்கவும் முடியாது. எந்தப் புறாவும் இதுவரை இதுபோலச் செய்யத் துணிந்ததில்லை. பெண் ராஜாளி, பறந்து ஓடிவிட்டது. அது கொஞ்சம் திரும்பியிருக்கும். உடனே வண்ணக்கழுத்துப் புறாவும் மற்ற புறாக்களும் தங்களால் முடிந்த அளவுக்கு வேகமாகக் கீழே இறங்கின.

எங்கள் கூரைக்கு மேலே அறுநூறு அடிக்குக்குப் பக்கத்தில் அவை வந்துவிட்டன. ஆனால் விதி. ராஜாளி வடிவில் ஒரு ஒரு வெடிகுண்டைப்போல மீண்டும் விழுந்தது. இந்த முறை பிறை வடிவத்துக்கு நடுமத்தியில் விழுந்து, தன் இறக்கைகளையும் அலகையும் தீப்பொறிகள்போல விரித்தது. கூடவே அலறலும் கிறீச்சிடுதலும். இது தாக்கத்தை ஏற்படுத்தியது. உறுதியான ஒரே கூட்டமாக இருந்த புறாக்கள் இப்போது இரண்டு பாகமாகப் பிரிந்துவிட்டன. ஒரு பாதி வண்ணக்கழுத்துப் புறாவைப் பின் தொடர்ந்தது. இன்னொரு பாதி பயத்தால் பீடிக்கப்பட்டு

எங்கெங்கோ பறந்தது. ஒரு நல்ல தலைவன் ஆபத்துக் காலத்தில் என்ன செய்வானோ, அதை வண்ணக்கழுத்துப் புறா செய்தான். பயத்தால் சிதறிய கூட்டத்தைப் பின் தொடர்ந்து, அதை முந்திச் சென்று, மீண்டும் இரண்டு பாதியையும் ஒரு பெரிய கூட்டமாக இணைத்துக்கொண்டான்.

இப்போது பெண் ராஜாளியின் முறை. இரண்டு பாதியும் இணைந்த சற்று நேரத்திற்கெல்லாம் பெண் ராஜாளி வண்ணக்கழுத்துப் புறாவுக்கும் மற்ற புறாக்களுக்கும் நடுவே விழுந்தது. கிட்டத்தட்ட அவன் வால் மேலேயே விழுந்து, அவனையும் மற்ற புறாக்களையும் பிரித்துவிட்டது. தங்களுடைய வழிகாட்டியை இழந்த புறாக்கள், எதையும் கணக்கில்கொள்ளாமல் பாதுகாப்பைத் தேடிப் பறந்தன. எந்தப் பக்கத்திலிருந்தும் தாக்கக்கூடிய வகையில் வண்ணக்கழுத்துப் புறா தனித்துவிடப்பட்டான். இப்போதும் அசராமல், கீழே இறங்கிக் கொண்டிருக்கும் தன்னுடைய கூட்டத்தை நோக்கிச் செல்ல முயன்றான்.

ஒரு டஜன் அடிகள் கீழே இறங்கியிருப்பான், ராஜாளி அவன் முன்னால் பறந்து வந்தது. இப்போது எதிரி கிட்டத்தில் வர, அவனுடைய தைரியம் அதிகமானது. ஒரு கரணம் போட்டான். அவனது அதிர்ஷ்டம், நல்ல காரியம் செய்தான். இல்லையென்றால், அவனுக்குப் பின்னால் நகங்களை நீட்டிக் கொண்டு வந்த பெண் ராஜாளி அவனை அங்கேயே அப்போதே பிடித்திருக்கும்.

இது நடந்து கொண்டிருக்கும் அதே நேரத்தில் என்னுடைய மற்ற புறாக்கள் வேகமாகப் பறந்து கிட்டத்தட்ட என் வீட்டை அடைந்து விட்டன. கனிந்த பழங்கள் மரத்திலிருந்து விழுவதைப்போல வேக வேகமாக அவை கூரையில் விழுந்தன. ஆனால், அவற்றில் ஒன்று மட்டும் கோழையல்ல. மாறாக முழுக்க முழுக்க வீரத்தின் உருவம் அது. அவன்தான் கருமுத்து ஜகோரே.

மொத்தக் கூட்டமும் எங்கள் கூரையில் இறங்கிவிட, ஜகோரே மட்டும் கரணம் போட்டு உயரே பறந்தான். அவனுடைய நோக்கம் என்னவென்பது தெளிவாகத் தெரிந்தது.. அவன் வண்ணக்கழுத்துப் புறாவுக்குத் துணையாக இருக்கப் பறக்கிறான். அவன் மீண்டும் கரணம் போட, ராஜாளி தன்னுடைய எண்ணத்தை மாற்றிக் கொண்டுவிட்டது. வண்ணக்கழுத்துப் புறாவைத் துரத்துவதை விட்டுவிட்டு, ஜகோரேவை நோக்கிப் பறந்தது. உங்களுக்குத் தான் வண்ணக்கழுத்துப் புறாவைப்பற்றித் தெரியுமே, அவன் ஜகோரேவைக் காப்பாற்றக் கீழே இறங்கினான். மின்னலைப்போலே வேகமாக வட்டமடித்துக் கொண்டும் வளைந்து கொண்டும் இறங்கினான்.

அவன் பின்னால் வந்த பெண் ராஜாளிக்கு மூச்சுவாங்கியது. வண்ணக்கழுத்துப் புறா போட்ட அத்தனை வளைவுகளையும் அதனால் போட முடியவில்லை. எண்ணிக்கையில் கிட்டக்கூட வரமுடியவில்லை. ஆனால் அனுபவசாலியான ஆண் ராஜாளி குறிவைப்பதற்காக மேலே மேலே ஏறியது. இதனால் ஜகோரேவுக்கு ஆபத்து வந்தது. ஒரே ஒரு தவறான முடிவு போதும், ராஜாளி, ஜகோரேவைப் பிடிக்க. பாவம் இந்தப் பறவைகள்; எதைச் செய்திருக்கக் கூடாதோ, ஜகோரே அதைச் செய்தான். ஆண் ராஜாளிக்கு கீழே, நேர்க் கோட்டில் பறந்தான். ராஜாளியோ தன் இறக்கையை முடுக்கிக் கொண்டு, மௌனத்தின் இடியைப்போல விழுந்தது. எந்தச் சத்தமும் கேட்கவில்லை. 'சத்தத்தின் நிழல்' கூடக் கேட்கவில்லை. கீழே, கீழே, கீழே மரணத்தின் உருவமாக அது விழுந்தது. அப்போதுதான் மிகக் கொடுமையான அந்த விஷயம் நடந்தது. எப்படி என்றே தெரியவில்லை, ஆனால் ஜகோராவைக் காப்பாற்றவும் எதிரியைச் சலிப்படையச் செய்யவும் வண்ணக் கழுத்துப் புறா, ஜகோரேவுக்கும் ராஜாளிக்கும் நடுவே நுழைந்தான். தாக்குதலை நிறுத்துவதற்குப் பதில், ராஜாளி தன் நகங்களை முடுக்கிக் கொண்டு, நடுவே நுழைந்தவனைப் பிடித்துவிட்டது. இறுக்கிப் பிடிக்கவில்லை தான், ஆனால் காற்றெங்கும் இறகுகள் பொழிந்தன.

எதிரியின் பிடியின் வண்ணக்கழுத்துப் புறாவின் உடல் துடிப்பதைப் பார்க்க முடிந்தது. பழுக்கக் காய்ச்சிய ஒரு இரும்புக் கம்பி என்னில் நுழைந்தது போல் நான் என் பறவைக்காக வலியால் துடித்து அலறினேன். ஆனால் எதுவும் பயனளிக்கவில்லை. வட்ட வட்டமாக, உயரே உயரே அந்த ராஜாளி வண்ணக்கழுத்துப் புறாவைத் தூக்கிச் சென்றது. கூடவே, தன் நகங்களால் இன்னும் இறுகப் பிடிக்க முயன்றது. இங்கே நான் வெட்கப்பட வேண்டிய ஒன்றைச் சொல்லியாக வேண்டும். வண்ணக்கழுத்துப் புறாவைக் காக்க மிகத் தீவிரமாக இருந்த நான், பெண் ராஜாளி விழுந்து ஜகோரேவைப் பிடித்துவிட்டதைக் கவனிக்கவில்லை. வண்ணக்கழுத்துப் புறா பிடிபட்ட உடனேயே இது ரொம்ப வேகமாக நடந்திருக்க வேண்டும். இப்போது காற்று முழுக்க ஜகோரேவின் இறகுகள். எதிரி அவனை மிக இறுக்கமாகப் பிடித்துக் கொண்டிருந்தது. அவனும் தன்னை விடுவித்துக்கொள்ள அசையக்கூடஇல்லை.

ஆனால், வண்ணக்கழுத்துப் புறா அப்படியில்லை. அவன் ஆண் ராஜாளியின் பிடியில் இன்னமும் துடித்துக் கொண்டிருந்தான். தன் துணை இரையை மேலும் இறுக்கமாகப் பிடிக்க உதவி செய்யப்

போவதைப்போல, பெண் ராஜாளி தன் துணைக்கு வெகு அருகில் பறந்தது. அப்போது பார்த்து ஜகோரேவும் விடுபடப் போராடினான். அது பெண் ராஜாளியை ஆடச் செய்ததால், அதன் இறகு துணையின் இறகு மீது மோதியது. ஆண் ராஜாளி தன் சமநிலையை இழந்தது. அது காற்றில் கிட்டத்தட்டக் கவிழ்ந்துவிட, மீண்டும் ஒரு இறகு மழையோடு வண்ணக்கழுத்துப் புறா அதன் பிடியிலிருந்து தன்னை விடுவித்துக்கொண்டான். அவன் கீழே விழுந்தான். அடுத்த முப்பது நொடிகளில் மூச்சிறைத்துக் கொண்டு ரத்தம் வடிய ஒரு பறவை எங்கள் கூரையில் கிடந்தது.

அவனுடைய காயத்தின் தீவிரத்தை அறிய அவனைத் தூக்கினேன். அவனுடைய இரண்டு பக்கங்களும் கிழிந்திருந்தது. ஆனால், அத்தனை மோசமாக இல்லை. உடனடியாக அவனைப் புறா மருத்துவரிடம் கொண்டு போனேன். அவர் அவனுடைய காயங்களுக்கு கட்டு போட்டார். இதற்கு ஒரு அரைமணி நேரம் ஆனது. நான் வீடு திரும்பி, வண்ணக்கழுத்துப் புறாவை அவன் கூண்டில் விட்டுவிட்டுப் பார்த்தால், ஜகோரேவை எங்கும் காணோம். அவனுடைய கூண்டும் காலியாக இருந்தது. நான் கூரைக்குப் போனபோது, ஜகோரேவின் துணைப் பெடை விளிம்பில் உட்கார்ந்து கொண்டு, அவனைத் தேடி ஒவ்வொரு திசையையும் அளந்து கொண்டிருந்தது. அன்று மட்டுமல்ல. அடுத்த இரண்டு மூன்று நாட்களும் அப்படியே தன் துணையைத் தேடிக் கொண்டிருந்தது. தன் துணை ஒரு தைரியமான வீரனுக்காகத் தன்னையே தியாகம் செய்திருக்கிறது என்பதை அறிந்து அது ஆறுதல் அடைந்ததா என்ன என்று எனக்குத் தெரியவில்லை.

11

கூடல்

வண்ணக்கழுத்துப் புறாவின் காயங்கள் மெல்ல ஆறின. பிப்ரவரி மாத மத்தி வரை அவனால் கூரைக்கு மேல் பத்து கஜம் தூரம் கூடப் பறக்க முடியவில்லை. அவன் பறக்கும் நேரம்கூடமிகக் குறைந்து விட்டது. எத்தனை முறை திரும்பத் திரும்பக் கூரையிலிருந்து அவனை விரட்டினாலும், என்னால் அவனைக் கால் மணிநேரத்துக்கு மேல் வானில் பறக்க வைக்க முடியவில்லை. முதலில் அவனுடைய நுரையீரல்தான் சரியாக வேலை செய்ய வில்லை என்று நினைத்தேன். சோதித்துப் பார்த்ததில் நுரையீரல் ஆரோக்கியமாக இருப்பது தெளிவானது. பிறகு, அவனுடைய இருதயத்தில் பிரச்னை இருக்கலாம் என்று நினைத்தேன். ஒருவேளை நடந்த விபத்தில் இருதயம் பாதிக்கப்பட்டிருக்கக் கூடும். இரண்டாவது சோதனையில் அந்தப் பயமும் தவறு என்பது தெளிவானது.

ஆக, வண்ணக்கழுத்துப் புறாவின் நடத்தையில் கடுமையாக எரிச்சலடைந்து, நடந்த எல்லாவற்றையும் விவரித்து கோண்டுக்கு ஒரு நீண்ட கடிதம் எழுதினேன். அவரோ சில ஆங்கிலேயர்களோடு வேட்டைச் சுற்றுலா போயிருந்திருக்கிறார். அவரிடமிருந்து எந்த உதவியும் கிடைக்கவில்லை என்பதால், நானே என் புறாவை மிகக் கவனமாக ஆராய முடிவு செய்தேன். ஒவ்வொரு நாளும் அவனை எங்கள் மாடியின் மீது ஏற்றிவிட்டுப் பார்த்துக் கொண்டிருப்பேன். ஆனால் அவனுக்கு என்ன பிரச்னை என்பதைப்பற்றி ஒரு துப்பும்

கிடைக்கவில்லை. அவன் மீண்டும் பறப்பான் என்ற நம்பிக்கையை முழுவதுமாக நான் இழந்துவிட்டேன்.

பிப்ரவரி மாதக் கடைசியில், அடர்ந்த காட்டின் உட்பகுதியிலிருக்கும் கோண்டிடமிருந்து எனக்குச் சுருக்கமாய் ஒரு குறிப்பு வந்தது. 'உன் புறா பயந்து போய்க் கிடக்கிறது. அவனுடைய பயத்தைக் குணப்படுத்து. அவனைப் பறக்கவை' என்று எழுதியிருந்தது. ஆனால் அவர், எப்படி என்பதைச் சொல்லவில்லை. அவனை இன்னும் உயரமாகப் பறக்கவைக்க என்னாலும் எதுவும் செய்ய முடியவில்லை. அவனைக் கூரையிலிருந்து விரட்டுவதில் எந்தப் பிரயோஜனமும் இல்லை. நான் ஒரு மூலையிலிருந்து விரட்டினால், அவன் பறந்து போய் இன்னொரு மூலையில் உட்கார்ந்து கொண்டான். மிகவும் கவலைக்குரிய விஷயம் என்னவென்றால், மேகத்தின் நிழலோ, வானத்தில் பறக்கும் பறவைக் கூட்டத்தின் நிழலோ அவன் மீது விழுந்தால் அவன் பதற்றத்தில் நடுங்கினான். தன் மீது விழும் எந்த ஒரு நிழலையும், தன் மீது பாய்ந்து வரும் ராஜாளி என்றே அவன் நினைத்துக் கொண்டான். அவன் எவ்வளவு மோசமாக நிலை குலைந்திருக்கிறான் என்பதை என்னால் புரிந்து கொள்ள முடிந்தது. அவனை அவனுடைய பயத்திலிருந்து மீட்பது எப்படி என்பது என்னை இன்னும் திணறச் செய்தது. நாங்கள் இமாலயத்தில் இருந்திருந்தால், அவனை முன்பொருமுறை குணப்படுத்திய லாமாவிடம் கொண்டு போயிருப்பேன். ஆனால், இந்த நகரத்தில் லாமா இல்லை. நான் காத்திருக்க வேண்டியதாயிற்று.

மார்ச் மாதம் வசந்த காலத்தை அழைத்து வந்தது. வழக்கத்துக்கும் அதிகமான ரோமங்கள் உதிர்ந்து மீண்டும் முளைத்திருந்த வண்ணக் கழுத்துப் புறா, ஒரு பெரிய அடர்ந்த கருநீலப்பச்சைக் கல்லின் மையத்தைப்போல இருந்தான். விவரிக்க முடியாத அளவுக்கு அவன் அழகாயிருந்தான். எப்படி என்று தெரியவில்லை ஆனால் ஒருநாள், அவன் ஜகோரேவின் மனைவியுடன் பேசிக் கொண்டிருப்பதைப் பார்த்தேன். வசந்த காலம் தொடங்கியிருக்க, அவள் மிகவும் பிரகாசமாக இருந்தாள். அவளுடைய கருவண்ண மாணிக்கக்கல் மாதிரியான நிறம் சூரிய ஒளியில், நட்சத்திரங்கள் ஒளிரும் வெப்பமண்டல இரவுபோல இருந்தது. இவளும் வண்ணக் கழுத்துப் புறாவும் கூடுவது இவர்களுடைய பிள்ளைகளுக்கு நல்லதில்லை என்பதை நான் அறிந்திருந்தாலும், அது அவனுடைய பயத்தைப் போக்கக்கூடும் என்று நினைத்தேன். மேலும், ஜகோரே இறந்த பின்னர் அவளிடம் வளர்ந்திருக்கும் கடுகடுப்பிலிருந்து அவளை விடுபட வைக்கும் என்றும் நினைத்தேன்.

அவர்கள் இரண்டு பேரின் நட்பை மேலும் வளர்க்க, இரண்டு பேரையும் ஒரே கூண்டில் போட்டு, இருநூறு மைல்களுக்கு அப்பால் ஒரு காட்டின் முனையில் வாழும் என் நண்பன் ரட்ஜாவிடம் கொண்டு சென்றேன். அவனுடைய கிராமத்தின் பெயர் காட்சிலா. அந்தக் கிராமம் ஒரு நதிக்கரையில் இருந்தது. நதிக்கு அந்தப்புறம் அடர்ந்த காடுகளும் அனைத்து வகை மிருகங்களும் கொண்ட உயர்ந்த குன்றுகள் இருந்தன. ரட்ஜா அந்த ஊரின் பூசாரி. அவனுடைய முன்னோர்கள் பத்து நூற்றாண்டுகளாகத் தொடர்ந்து பூசாரிகளாக இருந்திருக்கிறார்கள். அவன் அந்த ஊரின் பூசாரி என்பதால், அவனும் அவனுடைய பெற்றோரும் ஒரு பெரிய கான்கிரீட் கட்டடத்தில் குடியமர்த்தப்பட்டிருந்தார்கள். கான்கிரீட்டால் கட்டப்பட்ட அந்தக் கிராமத்தின் கோவில், இவர்கள் வீட்டுக்குப் பக்கத்தில் இருந்தது. உயரமான சுவர்களால் சூழப்பட்ட அந்தக் கோவிலின் முற்றத்தில், ஒவ்வொரு இரவும், வேதங்களை வாசித்து அவற்றை அங்கு கூடியிருக்கும் குடியானவர்களுக்கு விளக்கும் கடமையை ரட்ஜா செய்து வந்தான். உள்ளே அவன் சத்தமாக வாசித்துக் கொண்டிருக்கையில், வெளியே தூரத்திலிருக்கும் குறுகிய நதியின் பக்கத்திலிருந்து புலியின் உறுமலோ யானையின் பிளிறலோ கேட்கும். அது அழகிய, ஆனால் அச்சுறுத்தும் இடம். காட்சிலா கிராமத்தில் ஆபத்தான விஷயம் எதுவும் நடக்கவில்லை தான். ஆனால், நமக்கு வேண்டாத வேட்டை விலங்கினங்களை எதிர்கொள்ள அதிக தூரம் செல்ல வேண்டியதில்லை.

நான் வந்த ரயில், இரவில் காட்சிலாவை அடைந்தது. ரட்ஜாவும் அவர்கள் வீட்டு வேலையாட்கள் இருவரும் என்னை அழைத்துப் போக ரயில் நிலையம் வந்திருந்தார்கள். ஒருவர் என்னுடைய பொதியை வாங்கித் தன் தோளில் போட்டுக் கொண்டார். மற்றொருவர் இரண்டு புறாக்களும் இருந்த கூண்டை வாங்கிக் கொண்டார். நாங்கள் ஒவ்வொருவரும் ஒரு அரிக்கேன் விளக்கை ஏந்திக்கொள்ள வேண்டியிருந்தது. எனக்காக ஒரு விளக்கைக் கொண்டுவந்திருந்தார்கள். ஒரு வேலையாள் முன்னால் போக, இன்னொருவர் பின்னால் வர நாங்கள் ஒற்றை வரிசையில் ஒரு மணிநேரம் நடந்தோம். எனக்கு சந்தேகங்கள் எழுந்தன: ‘நாம் ஏன் இப்படிச் சுற்றிப் போகிறோம்?’ என்றேன்.

‘வசந்த காலத்தில் வடக்கே போகும் மிருகங்கள் இந்த வழியைக் கடக்கும். காட்டுக்குள் குறுக்கு வழியில் எல்லாம் போக முடியாது’ என்றான் ரட்ஜா.

‘சுத்த அபத்தம். எத்தனையோ தடவை நான் போயிருக்கிறேன். எத்தனை மணிக்குத்தான் வீடு போய்ச் சேர்வோம்?’ என்றேன் நான்.

‘இன்னும் அரை மணியில்...’

பிறகு, எங்கள் காலடியில் பூமி பிளந்து எரிமலையாய் ஏப்பம் விட்டதுபோல ஒரு பயங்கரச் சத்தம். ‘ஹோய், ஹோ ஹோ ஹோ ஹோய்!’ என்று கூக்குரல்.

பயத்தில் புறாக்கள் கூண்டுக்குள் தங்கள் இறக்கைகளை அடித்துக் கொண்டன. சும்மா இருந்த கையால் ரட்ஜாவின் தோளைப் பற்றிக் கொண்டேன். ஆனால், அவனோ என் உணர்வைப் புரிந்து கொள்ளாமல் சத்தம் போட்டுச் சிரித்தான். எஜமானைப்போலவே வேலையாட்கள், அவர்களும் சிரித்தார்கள்.

அவர்களுடைய களிப்பு அடங்கியவுடன், ‘எத்தனையோ முறை போயிருக்கிறாயா? அப்படியா? பிறகு ஏன் விளக்கொளியைக் கண்டு பயப்படும் குரங்குகளின் அலறலுக்குப் பயப்படுகிறாய்?’ என்றான் ரட்ஜா.

‘குரங்கா? ’ என்றேன்.

‘ஆமாம். நிறைய குரங்குகள் இந்தச் சமயத்தில் வடக்கு நோக்கிப் போகும். நம் தலைக்கு மேலிருந்த மொத்தக் கூட்டமும் நம்மைக் கண்டு பயந்துவிட்டது. அவ்வளவு தான். இனிமேல் குரங்குச் சத்தத்தைப் புலியின் உறுமல் என்று நினைத்துக்கொள்ளாதே.’

அதிர்ஷ்டவசமாக, என் மரியாதைக்கு மேற்கொண்டு பங்கம் வருவதற்கு முன் விரைவாக நாங்கள் வீட்டை அடைந்துவிட்டோம்.

அடுத்த நாள் காலை, ரட்ஜா தன் கடமையை நிறைவேற்ற அவர்களுடைய கோவிலுக்குச் சென்றான். நான் கூரைக்குச் சென்று என்னுடைய பறவைகளைத் திறந்துவிட்டேன். முதலில் அவை குழம்பிப்போயின. ஆனால், கையில் நெய்க் கடலைகளோடு என்னை அருகில் பார்த்த பின்னர், அவை எந்தத் தயக்கமும் இல்லாமல் காலை உணவை எடுத்துக் கொண்டன. கிட்டத்தட்ட அந்த நாள் முழுக்க நாங்கள் கூரையில் செலவிட்டோம். புதிய இடத்தின் சூழல் அவற்றைப் பதற்றம்கொள்ளச் செய்யும் என்பதால் அவர்களைத் தனியே விட்டுவிட்டுப் போக நான் விரும்பவில்லை.

தொடர்ந்த ஒருவாரத்தில், இரண்டு புறாக்களும் காட்சிலாவுக்குத் தங்களைப் பழக்கிக்கொண்டுவிட்டன. மேலும், ஒன்றோடு ஒன்று

மிக நெருக்கமாகவும் ஆகிவிட்டன. நான் புத்திசாலித் தனமாகத்தான் இவ்விரண்டையும் மற்ற புறாக்களிடமிருந்து விலக்கிக் கொண்டுவந்திருக்கிறேன் என்பதில் இப்போது எந்தச் சந்தேகமும் இல்லை. நாங்கள் அங்கு வந்த எட்டாவது நாள் வண்ணக்கழுத்துப் புறா, தன் பெடையைத் தொடர்ந்து பறந்து செல்வதைக் கண்டு நானும் ரட்ஜாவும் ஆச்சரியப்பட்டோம். அவள் தாழ்வாகப் பறந்து போனாள். வண்ணக்கழுத்துப் புறா பின் தொடர்ந்தான். அவன் அவளை நெருங்குவதைக் கண்டு, அவள் உயர்ந்து திரும்பிப் பறந்தாள். அவனும் அப்படியே செய்து, அவளைப் பின் தொடர்ந்தான். அவள் மீண்டும் உயர்ந்தாள். இந்த முறை அவன் பின்வாங்கினான். அவளுக்குக் கீழே காற்றில் வட்டமிடத் துவங்கினான். ஆனாலும், அவன் தன் தன்னம்பிக்கையை மீண்டும் அடைவதை உணர்ந்தேன். கடைசியில் புறாக்களுக்கே எடுத்துக்காட்டாகத் திகழும் வண்ணக்கழுத்துப் புறா பறப்பதில் தனக்கிருக்கும் பயத்திலிருந்தும் திகிலில் இருந்தும் தன்னைக் குணப்படுத்திக் கொண்டான். மீண்டும் அவன் காற்றைத் தனதாக உணர்ந்தான்.

அடுத்த நாள் காலை அவர்கள் இருவரும் உயரப் பறந்து ஒருவரோடு ஒருவர் விளையாடினார்கள். வண்ணக்கழுத்துப் புறா மீண்டும் அவளோடு போகாமல், அவசர அவசரமாய்க் கீழே வந்து அவளுக்குக் கீழ் வட்டமடித்தான். எனக்குக் குழப்பமாக இருந்தது. ஆனால், கூர்மையான ரட்ஜா எனக்கு விளக்கினான். ‘காற்றாடியைப் போலப் பெரிய மேகம் ஒன்று சூரியனை மறைத்திருக்கிறது. அதன் நிழல் விழ, வண்ணக்கழுத்துப் புறா அதைத் தனது எதிரி என்று நினைத்துக் கொண்டுவிட்டான். மேகம் விலகும் வரை காத்திரு, பின்னர் பார்’ என்றான்.

ரட்ஜா சொன்னது சரிதான். சில நொடிகளில் சூரியன் வெளிவந்து, அதன் பிரகாசத்தில் வண்ணக்கழுத்துப் புறாவின் இறக்கைகள் ஒளிர்ந்தன. அவன் கீழே இறங்குவதை நிறுத்திவிட்டு, காற்றில் வட்டமடிக்கத் துவங்கினான். அவனுக்குத் துணையாக இருக்கக் கீழே இறங்கிக் கொண்டிருந்த அவனுடைய துணையோ, நூறு அடிக்கு மேலே நின்று அவனுக்காகக் காத்திருந்தாள். இப்போது வண்ணக்கழுத்துப் புறா, கூண்டிலிருந்து விடுவிக்கப்பட்ட கழுகுபோலே வேகமாக இறக்கையை அடித்து மேலே உயர்ந்தான். அவன் திசையைத் திருப்பி மேலே மேலே பறக்க சூரிய ஒளி அவனைச் சுற்றிலும் வண்ணக்குளத்தை உண்டாக்கியது. சீக்கிரமே பின்தொடர்வதை விட்டுவிட்டு, தன் பெடையை வழி நடத்தினான்.

அவர்கள் வானத்தில் ஏறினார்கள். அவனுடைய பயம் முழுக்க விலகிவிட்டிருந்தது. அவனுடைய சுறுசுறுப்பாலும் சக்தியாலும் அவள் ஈர்க்கப்பட்டாள்.

அடுத்த நாள் காலை இருவரும் சீக்கிரமே கிளம்பினார்கள். அவர்கள் நீண்ட தூரமும் அதிக நேரமும் பறந்தார்கள். மலையுச்சிகளைத் தாண்டி அதற்கப்பால் கீழே சென்றதுபோல, அவர்கள் கொஞ்ச நேரம் மலைகளுக்குப் பின்னால் காணாமல் போனார்கள். குறைந்தது ஒரு மணிநேரமாவது அங்கே இருந்திருப்பார்கள்.

கடைசியில் பதினோரு மணி சுமாருக்கு, ஒவ்வொருவர் அலகிலும் ஒரு பெரிய வைக்கோலோடு அவர்கள் வீடு திரும்பினார்கள். முட்டையிடுவதற்காக அவர்கள் கூடு கட்டப் போகிறார்கள். அவர்களை வீட்டுக்குக் கொண்டு போய்விடலாம் என்று நான் நினைத்தேன். ஆனால், ரட்ஜா நாங்கள் மேலும் ஒரு வாரமாவது இருக்க வேண்டுமென்று வற்புறுத்தினான்.

கடைசி வாரத்தின் ஒவ்வொரு நாளும் நதிக்கு அந்தப்பக்கம் இருக்கும் ஆபத்தான காட்டில் நாங்கள் சில மணிநேரம் செலவிட்டோம். இரண்டு புறாக்களையும் எடுத்துக்கொண்டு போய், ரட்ஜாவின் வீட்டிலிருந்து ஐந்து மைல் தொலைவிலிருக்கும் அடர்ந்த காட்டில் விடுவதற்காகத்தான் இந்தக் காட்டுப் பயணம். வண்ணக்கழுத்துப் புறா எல்லாவற்றையும் மறந்துவிட்டுத் தன்னுடைய திசையறிவைச் சோதித்துக் கொண்டு, உயர உயரப் பறந்தான். வேறு வார்த்தை களில் சொல்வதென்றால், தன் துணை மீதான அன்பும், புதிய இடமும் வானிலையும் அவனைப் பயமென்னும் நோயிலிருந்து குணப்படுத்திவிட்டன.

நம்முடைய எல்லாத் துன்பங்களுமே பயத்தினாலும், கவலை யினாலும் வெறுப்பினாலுமே வருகின்றன என்பதை இங்கு பதிவு செய்தாக வேண்டும். எவனொருவனை இந்த மூன்றில் ஒன்று பற்றிக்கொண்டாலும் மீதி இரண்டும் தானாகச் சேர்ந்துவிடும். எந்தவொரு விலங்கும் தன்னுடைய இரையை முதலில் அச்சுறுத்தாமல் கொல்ல முடியாது. எந்தவொரு விலங்கும் தன்னுடைய எதிரி குறித்த பீதி பீடிக்கப்படாமல் அழிவதில்லை. சுருக்கமாகச் சொல்வதென்றால், எதிரியின் இறுதித் தாக்குதலுக்கு முன்பே ஒரு விலங்கின் பயம் அதைக் கொன்றுவிடுகிறது.

12

போர் அழைக்கிறது

ஆகஸ்டு மாத முதல் வாரத்தில், பிள்ளைகள் பிறந்து சில நாட்களில், வண்ணக்கழுத்துப் புறாவும் ஹிராவும் கல்கத்தாவி லிருந்து பம்பாய் சென்றார்கள். உலகப்போரில் கலந்துகொள்ள கோண்டுடன் அங்கிருந்து, கடல்வழிப் பயணத்தைத் துவக்கினார் கள். வண்ணக்கழுத்துடன் பிரமச்சாரியான ஹிராவை அனுப்பக் காரணம், இரண்டு பேருமே ராணுவத்துக்குத் தேவையாக இருந்தது தான்.

ஃபிலாண்டர்ஸ் மற்றும் ஃபிரான்ஸின் போர்க்களங்களுக்குப் பயணப்படும் முன், தன்னுடைய குஞ்சுகளை வண்ணக்கழுத்துப் புறா பார்த்துவிட்டதில் எனக்குச் சந்தோஷம். என் சந்தோஷத்தின் முக்கிய காரணம், வீட்டில் தன் பெடையும் குஞ்சுகளும் காத்துக் கொண்டிருக்கும்போது, போர்க்களம் செல்லும் புறா திரும்பி வராமல் போவது அரிது. வண்ணக்கழுத்துப் புறாவுக்கும் அவன் குடும்பத்துக்கும் இடையே இருந்த அந்த அன்புப் பிணைப்பு, தூது செல்லும் வேலையை அவன் கச்சிதமாகச் செய்வான் என்ற நம்பிக்கையை அளித்தது. எந்தவொரு துப்பாக்கி சுடும் சத்தமோ தோட்டாக்களோ, அவன் உயிரோடு இருக்கும்வரை, அவன் வீடு திரும்புவதைத் தடுக்க முடியாது.

ஆனால், வீடு இங்கே கல்கத்தாவில் இருக்கிறது, போர்க்களமோ பல்லாயிரக்கணக்கான மைல்கள் தூரத்தில் இருக்கிறது, பிறகு

எப்படி என்றொரு கேள்வியை யாரும் கேட்கக்கூடும். அது உண்மைதான். ஆனால் அதேநேரம், பெடையும் குஞ்சுகளும் வீட்டில் இருப்பதால், அவன் கோண்ட் இருக்கும் இடத்தில் உள்ள தன்னுடைய தற்காலிக இருப்பிடத்தை அடைய, தன்னால் ஆனமட்டும் முயற்சி செய்வான் அல்லவா?

போர் முனைக்கும், கோண்டும் தலைமைத் தளபதியும் காத்துக் கொண்டிருந்த தலைமையகத்துக்கும் இடையே வண்ணக்கழுத்துப் புறா பல முக்கிய தகவல்களைக் கொண்டு சென்றதாகச் சொன்னார்கள். முதலில் வண்ணக்கழுத்துக்கு கோண்டிடம் தான் நெருக்கமான பிணைப்பு இருந்தது. ஆனால், தொடர்ந்த மாதங்களில் அவனுக்குத் தலைமைத் தளபதியையும் வெகுவாகப் பிடித்துவிட்டது.

எனக்கு வயது போதாது என்பதாலும் எந்தவிதமான ராணுவச் சேவைக்கும் நான் தகுதியானவன் இல்லை என்பதாலும், கோண்ட் தான் இரண்டு புறாக்களையும் எடுத்துக் கொண்டு போர்முனைக்குச் சென்றார். இந்தியாவிலிருந்து மர்சேலிஸ் செல்லும்போது அந்த வயதான வேடரும் வண்ணக்கழுத்துப் புறாவும் ஹிராவும் அணுக்க நண்பர்களாகிவிட்டார்கள். எந்தவொரு புதிய விலங்கும் கோண்டின் நட்பை அதிக காலம் தவிர்ப்பதை இனிமேல்தான் நான் பார்க்க வேண்டும். என் புறாக்களுக்கு அவரை முன்பே தெரியும் என்பதால், அவை அவரோடு பழகுவது எளிதாக இருந்தது.

இந்திய ராணுவம், செப்டம்பர் 1914 முதல் அதைத் தொடர்ந்து வந்த இலையுதிர் காலம் வரை ஃபிலாண்டர்ஸில் நிலையிருந்தபோது, கோண்ட் தன்னுடைய கூண்டோடு தலைமையகத்திலேயே இருந்தார். வண்ணக்கழுத்துப் புறாவும் ஹிராவும் வெவ்வேறு படைப்பிரிவுகளால் போர் முனைக்கு எடுத்துச் செல்லப்பட்டனர். அங்கிருந்து அவ்வப்போது ஒரு அவுன்ஸைவிடக் குறைவான எடை கொண்ட மெல்லிய துண்டுக் காகிதத்தில் சேதிகளை எழுதி, அவனுடைய காலில் கட்டிப் பறக்கவிடுவார்கள். அங்கிருந்து வண்ணக்கழுத்துப் புறா, தவறாமல் கோண்ட் இருக்கும் தலைமையகத்துக்குப் பறந்து செல்வான். அங்கே அனுப்பப்பட்ட ரகசியச் சேதி, மொழிமாற்றப்பட்டுத் தலைமைத் தளபதியால் பதில் அளிக்கப்படும். அந்தத் தலைமைத் தளபதி வண்ணக்கழுத்துப் புறாவிடம் பிரியமாக இருந்ததாகவும் அவனுடைய சேவையை உயர்வாக மதிப்பிட்டதாகவும்கூட ஒரு பேச்சு இருந்தது.

ஆனால், வண்ணக்கழுத்துப் புறாவின் கதையை அவன் சொல்லிக் கேட்பதே நன்றாக இருக்கும். ஒரு கனவை அந்தக் கனவு

கண்டவனைத் தவிர வேறொருவர் எப்படிச் சொல்ல முடியாதோ, அதைப்போல வண்ணக்கழுத்துப் புறாவின் சில சாகசங்களை அவனேதான் சொல்ல வேண்டும்.

‘இந்தியப் பெருங்கடலையும் மத்திய தரைக் கடலையும் கடந்தபின், ஒரு அந்நியமான நாட்டின் ஊடே நாங்கள் ரயிலில் பயணம் செய்தோம். ஃபிரான்ஸ் என்ற அந்த தேசத்தில், அந்த செப்டம்பர் மாதம் கூடத் தென்னிந்தியாவின் குளிர்காலம்போலச் சில்லென்று இருந்தது. இமாலயத்தை நெருங்குவதாக நான் நினைத்துக் கொண்டு, பனி மூடிய மலைகளும் ராட்சத மரங்களும் வருமென்று நினைத்துக் கொண்டிருந்தேன். ஆனால் தொலை தூரம் வரை நம்முடைய உயரமான மூங்கில் மரங்களைவிட உயர்ந்த மலைகளை என்னால் காண முடியவில்லை. உயரமாக இல்லாத ஒரு நாடு ஏன் குளிர்ச்சியாக இருக்க வேண்டும் என்பது எனக்குப் புரியவில்லை.

‘கடைசியில் நாங்கள் போர் முனையை அடைந்தோம். நாங்கள் போர் முனையின் பின்பக்கத்தைத்தான் அடைந்திருந்தோம் என்பது பின்னால் தான் தெரிய வந்தது. ஆனால், அங்கும் கூடத் துப்பாக்கி, பீரங்கிகளின் பூம் பூம் பூம் என்ற சத்தத்தைக் கேட்க முடிந்தது. ஒரு சாமானியப் புறாவாக நான் அனைத்து இதுபோன்ற ஆயுதங்களையும் வெறுக்கிறேன். அவற்றின் அளவும் உருவமும் எப்படி இருந்தாலும் சரி என்னால் அவற்றைச் சகித்துக்கொள்ள முடியாது. அந்த உலோக நாய்கள் குரைத்துக் கொண்டும் மரணத்தை ஏப்பம் விட்டுக் கொண்டிருந்ததும் எனக்குச் சுத்தமாகப் பிடிக்கவில்லை. அங்கே சென்று இரண்டு நாட்களுக்குப்பின் எங்களுடைய சோதனை ஓட்டம் துவங்கியது. என்னையும் ஹிராவையும் தவிர நம்முடைய நகரிலிருந்து நான்கு புறாக்கள் மட்டுமே இருந்தன. ஹிரா எதையும் யோசிக்கமாட்டான் என்பது உங்களுக்கே தெரியும். ஒரு பெரிய கிராமத்தின் வீடுகளுக்கு மேலே எழும்பிப் பறந்தவுடனே ஹிரா, பூம் பூம் என்று சத்தம் வரும் இடத்தை நோக்கிப் பறந்தான். அங்கே என்ன நடக்கிறது என்று தெரிந்துகொண்டாக வேண்டும் அவனுக்கு. ஒருமணிநேரத்தில் நாங்கள் அந்த இடத்தை அடைந்துவிட்டோம்.

ஓ! என்னவொரு சத்தம். மரங்களுக்கு கீழே ஒளித்து வைக்கப் பட்டிருந்த இரும்பு நாய்கள் இடியைப் போல் முழக்கமிட்டுத் துப்பிய நெருப்புப் பந்துகள் எங்களுக்குக் கீழே சீறி வெடித்தன. நான் பயந்துவிட்டேன். இன்னும் மேலே மேலே பறந்தேன். ஆனால், அந்த உயரத்திலும் அமைதியில்லை. எங்கிருந்தோ மிகப் பெரிய கழுகுகள் முழங்கிக் கொண்டே வரும் யானைகள்போல,

கர்ஜித்துக் கொண்டும் உறுமிக் கொண்டும் வந்தன. அந்த பயங்கரத்தைக் கண்டவுடன், கோண்ட் எங்களுக்காகக் காத்துக் கொண்டிருக்கும் இடத்தை நோக்கி நாங்கள் பறந்தோம். ஆனால், அந்தக் கழுகுகளில் இரண்டு எங்களைப் பின்தொடர்ந்தது. நாங்கள் வேக வேகமாகப் பறந்தோம். நல்லவேளையாக, அவர்களால் எங்களை முந்திச் செல்ல முடியவில்லை.

நாங்கள் எதிர்பார்த்ததைப்போலவே, நாங்கள் வாழ்ந்த இடத்துக்கே அந்தக் கழுகுகள் வந்து இறங்கின. மரணம் கைக்கெட்டிய தூரம் வந்துவிட்டதை உணர்ந்தேன். அந்தக் கழுகுகள், எங்களைக் கூண்டுக்குள்ளேயே எலிகளைப்போல விழுங்கப்போகின்றன. இல்லை. அவை முழக்கத்தை நிறுத்திவிட்டு சீக்கிரமே தரையில் செத்து விழுந்தன. அந்த இரண்டு பறவைகளின் வயிற்றிலிருந்தும் இரண்டு இரண்டு மனிதர்கள் குதித்து வெளியே வந்து நடந்து போனார்கள். கழுகுகள் மனிதர்களை விழுங்கியது ஆச்சரியமாக இருந்தது. மேலும் உள்ளே போனவர்கள் எப்படி உயிரோடு வந்தார்கள்?

'சீக்கிரமே அந்த மனிதர்கள் தங்களுடைய வேலைகளை முடித்து விட்டு, மறுபடியும் கழுகுகளின் வயிற்றுக்குள் ஏறிக் கொண்டார் கள். பிறகு, கழுகுகள் ஒரு உறுமலோடும் முழக்கத்தோடும் உயிர் பெற்று மீண்டும் மேலே காற்றில் பறந்தன. இதைப் பார்த்ததில், சந்தேகமே இல்லாமல் அவை மனிதர்களின் வாகனங்கள் என்பது என் மூளைக்கு எட்டியது. நான் ஆசுவாசமடைந்தேன்.

'முதலில் எல்லாமே விசித்திரமாக இருந்தன. ஆனால் போகப் போக எல்லாம் பழகிப் போய்விட்டன. ஆனாலும் இன்னமும், தொடர்ந்து முழங்கிக் கொண்டும் குரைத்துக் கொண்டுமிருந்த வெடிச் சத்தத்தில் எப்படி நிம்மதியாகத் தூங்குவது என்பது பிரச்னையாகத்தான் இருந்தது. ராணுவத்தில் இருந்த அந்த மாதங்களில் நான் ஒருபோதும் சரியாகத் தூங்கியதே இல்லை. ஹிராவும் நானும், புதிதாகப் பிறந்த பாம்புகள்போலப் படபடத்துக் கொண்டு நிலையில்லாது இருந்தோம் என்பதில் ஆச்சரியப்பட ஏதுமில்லை.

'என்னுடைய முதல் சாகசம், எல்லா விதமான நாய்களும், பகலும் இரவும் குரைத்துக் கொண்டும் தீயை உமிழ்ந்து கொண்டும் இருக்கும் போர் முனையில் இருந்த ரசெல்தாரிடம் இருந்து செய்தியைக் கொண்டு சென்றதுதான். ரசெல்தாரைப்பற்றி உங்களிடம் சொல்ல வேண்டும். கல்கத்தாவிலிருந்து வந்திருந்த ஏராளமான இந்திய வீரர்களுக்குத் தலைவர். முழுக்கக் கருப்பு கேன்வாஸ் துணியால்

மூடப்பட்ட ஒரு கூண்டில் என்னை எடுத்துக்கொண்டு, தன்னுடைய பொறுப்பில் இருக்கும் நாற்பது வீரர்களோடு போர்முனை பதுங்கு குழி நோக்கிச் சென்றார். பல மணிநேரமும் பல இரவுகளும் கடந்து சென்ற பின், என்னுடைய இருண்ட கூண்டில் அப்படிதான் தோன்றியது, நாங்கள் எங்கள் இலக்கை அடைந்ததுபோல இருந்தது. அங்கே கருப்பு கேன்வாஸ் அகற்றப்பட்டது. இப்போது என்னைச் சுற்றிச் சுவர்களைத் தவிர வேறு எதையும் காணமுடிய வில்லை. இந்தியாவிலிருந்து வந்திருந்த முண்டாசு கட்டிய மனிதர்கள் பூச்சிகள்போல அங்கு ஊர்ந்து கொண்டிருந்தார்கள்.

தலைக்கு மேலே, இயந்திரக் கழுகுகள் பயங்கர முழக்கத்துடன் பறந்தன. இங்கே முதன் முறையாக சப்தங்களைக் கவனிக்கத் துவங்கினேன். ஒரே குழப்பமான பூம் பூம் பூம் என்ற சத்தத்துக்குப் பதிலாக, எத்தனைவிதமான சத்தங்களைக் காதால் தனித்து அறிய முடியுமோ அத்தனை விதமான வெடிச் சத்தங்களைக் கேட்டேன். புரிந்துகொள்ளவே முடியாமல் ஒன்று இருந்தது என்றால், என்னைச் சுற்றியிருந்த அந்த மனிதர்கள் பேசியதுதான். காதைப் பிளக்கும் சப்தங்களுக்கு நடுவே இவர்களின் பேச்சுச் சத்தம், புற்களின் மேல் வீசும் மந்த மாருதம்போலக் கிசுகிசுவென்று இருந்தது. அவ்வப்போது உலோக நாய்களின் வாயைத் திறந்து விட்டார்கள். அவை குரைத்து, நீண்ட நேரம் நெருப்பை உமிழ்ந்தன. இவற்றுக்குப் பிறகு கழுதைப் புலியின் சிரிப்பு வந்தது. நூற்றுக்கணக்கான மனிதர்கள் அந்தச் சின்னக் குட்டிகளைத் தூண்டிவிட்டு, பக் பஃப் பக் பஃப் பக் பஃப் என்று பயங்கரமாக இருமச் செய்தார்கள்.

மேலே கூட்டமாகப் பறந்த கழுகுகளின் அடித் தொண்டை இரைச்சலில் இந்தச் சத்தம் அமுங்கிப்போனது. அந்தக் கழுகுகள் குரைத்தன. பைத்தியம்போலக் கிறீச்சிட்டன. சிட்டுக் குருவிகள் போல ஒன்றை ஒன்று போட்டுத் தள்ளின. என்னுடைய தலைவராக இருந்த அந்த ரசெல்தார் தன்னுடைய குட்டியை வானத்தை நோக்கி உயர்த்தி, அதைச் சொடுக்கிவிட்டார், பக் பஃப் என்றொரு சத்தம். கொஞ்சம் நெருப்பு. ஓ! அந்த நெருப்பு அந்தக் கழுகுகளில் ஒன்றை ஒரு முயலைப்போலச் சுட்டு வீழ்த்தியது. இப்போது இருப்பதிலேயே ஆழமான சத்தம் கேட்டது. பூம் பஸூம் புஸ் பம்! ஒரு பெரிய உருவத்தின் உறுமல் உயர்ந்து எழுந்து அனைத்து உன்னதமான சத்தங்களுக்கும் விதானம்போலப் பரவியது. அதனுடைய பயங்கர சத்தத்தில் அனைத்து சில்லறைச் சத்தங்களையும் விழுங்கிவிட்டது. ஓ! அந்தத் துன்புறுத்தும்

சத்தத்தின் மயக்கத்தை. என்னால் மறக்கவும் முடியுமோ? உறுமலுக்கு மேல் உறுமல், பயங்கர சத்தத்துக்கு மேல் சத்தம், ஒலிகளினால் ஆன பெரிய பாறைகள் நொறுங்குவது போன்றொரு இரைச்சல்.

'ஏன் மரணத்துக்கு வெகு அருகில் அழகும் இருக்கிறது? என் தலைக்கு மேல் கேட்ட இந்த விண்ணுலக இசை என் ஆன்மாவை ஈர்த்து அதிக நேரம் ஆகியிருக்காது, எங்கள் மேலே நெருப்புப் புயல் மழைபோலக் கொட்டியது. வெள்ளம் புகுந்த பொந்துகளில் எலிகள் வீழ்வதுபோல மனிதர்கள் வீழ்ந்தார்கள். சிவந்த ரத்தம் சொட்டச் சொட்ட அந்த ரசெல்தார், வேகவேகமாக ஒரு துண்டுச் சீட்டில் எதையோ எழுதி என் காலில் கட்டி என்னை விடுவித்தார். அவர் பயங்கர வேதனையில் இருக்கிறார் என்பதையும், கோண்ட் உதவியை அனுப்பிவைக்க வேண்டும் என்று நினைக்கிறார் என்பதும் அவருடைய பார்வையிலேயே தெரிந்து கொண்டேன்.

'நான் மேலே பறந்தேன். ஆனால் நான் பார்த்தது என் இறக்கைகளை உறையச் செய்தது. பதுங்குகுழிகளுக்கு மேலே காற்று முழுவதும் ஒரு பறக்கும் நெருப்புக் கம்பளம்போல இருந்தது. அதற்கு மேலே எப்படிப் போவது என்பதே என் பிரச்னை. என் வாலைப் பயன்படுத்தி எல்லாத் திசைகளிலும் என் பறத்தலின் பாதையில் திரும்பினேன். ஆனால் எந்த வழியில் நான் மேலே ஏறினாலும், எனக்கு மேலே லட்சக்கணக்கான நெருப்புஊசிகள் அவை, வாழ்வெனும் தறியில் அழிவெனும் ஆடையை நெய்து கொண்டிருந்தன. ஆனால், நான் மேலே பறந்தாக வேண்டும்.

நான், வண்ணக்கழுத்துப் புறா, வீரமான என் தந்தைக்குப் பிறந்தவன். சீக்கிரமே ஒரு காற்றுச் சுழலில் மோதி, அதனால் உறிஞ்சப்பட்டு என் இறக்கைகள் முறிந்தது போலும் ஒரு இலையைப் போலும் சுழன்று மேலே இழுக்கப்பட்டேன். மேலும் மேலும் அதிகத் தீவிரத்தோடு தன்னை நெய்துகொள்ளும் நெருப்பாடையைத் தாண்டி மேலே ஏறும் வரை நான் மேலும் கீழும் மேலும் கீழும் புரட்டி எடுக்கப்பட்டேன். ஆனால், இப்போது எதைக் காணவும் எனக்கு நேரமில்லை. 'கோண்டிடம் செல்லவேண்டும், கோண்டிடம் செல்லவேண்டும்' என்று எனக்கு நானே சொல்லிக்கொண்டேன். ஒவ்வொரு முறையும் அப்படிச் சொல்லும் போதும், அது என் ஆன்மாவைக் குத்தியது போல் ஒரு உத்வேகம் அளித்து என்னால் முடிந்த அளவுக்கு என்னை முயற்சி எடுக்கவைத்தது. இப்போது நான் வெகு உயரம் வரை ஏறிவிட்டேன். சுற்றிலும் நோக்கிவிட்டு மேற்கு நோக்கிப்

பறந்தேன். அப்போது, ஒரு குண்டு என்னுடைய வாலைத் துளைத்து அதைக் கிழித்தும்விட்டது. அது என்னைப் பயங்கரச் சீற்றம்கொள்ளவைத்தது.

என்னுடைய வால், என்னுடைய கௌரவத்தின் சின்னம். அதைத் தொடுவதையே என்னால் தாங்கிக்கொள்ள முடியாது. அப்படியிருக்க அதைச் சுடுவதை எப்படித் தாங்கிக்கொள்வது. ஆனால், என் இருப்பிடத்தை நோக்கிப் பாதுகாப்பாகப் பறந்துவிட்டேன். நான் கீழே இறங்கத் தயாராகும்போது இரண்டு கழுகுகள் எனக்கு மேலே சண்டையிடத் துவங்கின. அவற்றின் முழக்கங்களை நான் கேட்கவில்லை. முகத்தைப் பார்க்கவில்லை. அவை ஒன்றை ஒன்று கொன்று கொண்டிருந்தால்கூடநான் கவலைப்பட்டிருக்க மாட்டேன். ஆனால், அவை என் மீது தீயைப் பொழிந்தன. அவை அதிகம் சண்டையிடச் சண்டையிட அவற்றின் அலகிலிருந்து மேலும் தீப்பிழம்புகள் கொட்டின. என்னால் முடிந்தவரை தாழப் பறந்து, விலகிப் பறந்தேன். அங்கே மரங்கள் ஏதாவது இருந்திருந்தால் நன்றாக இருக்கும். மரங்கள் இருந்தன. ஆனால், பெரும்பாலானவை சுடப்பட்டுச் சிதைக்கப்பட்டு, இனிய நிழல் தரும் இலைகளும் மாபெரும் கிளைகளுமாக மறைவிடம் தருவதற்கு இல்லாது குச்சிகள்போலத் துருத்திக் கொண்டு நின்றன. ஆக, காட்டில் துரத்தும் யானையிடமிருந்து ஓடும் ஒரு மனிதனைப் போல, அந்தச் சிதைக்கப்பட்ட குச்சிகளுக்கு இடையே நான் வளைந்து நெளிந்து போக வேண்டியதாயிற்று.

கடைசில் நான் வீட்டை அடைந்து, கோண்டின் மணிக்கட்டில் சென்று அமர்ந்தேன். அவர் நூலை வெட்டி, என்னையும் அந்தச் செய்தியையும் எடுத்துக் கொண்டு, தலைமைத் தளபதியிடம் போனார். அவர் பழுத்த செர்ரியைப்போல இருந்தார். அவர் மேலிருந்து ஒரு சோப்பின் சுகந்தமான வாசனை வந்தது. அநேகமாக, பெரும் பாலான வீரர்களைப் போல் அல்லாது. ஒரு நாளைக்கு மூன்று நான்கு தடவை அவர் சோப்பு போட்டுக் குளித்துத் தன்னைச் சுத்தப்படுத்திக்கொள்ளக்கூடும். அந்தக் காகிதத்தில் ரசெல்தார் எழுதியதை வாசித்த பிறகு, என்னைத் தலையில் தட்டிக் கொடுத்து விட்டு மகிழ்ச்சியில் இருக்கும் காளையைப்போல உறுமினார்.

13

இரண்டாம் சாகசம்

‘ரசெல்தார் மேலோட்டமான காயங்களிலிருந்து குணமடைந்த பின்பு நாங்கள் இரண்டாவது முறை போர்முனைக்குக் கொண்டு செல்லப்பட்டோம். இந்த முறை அவர் என்னுடன் ஹிராவையும் எடுத்துக் கொண்டார். அப்போதே நாங்கள் கொண்டு செல்லப் போகும் செய்தி மிக முக்கியமானது என்பதைப் புரிந்து கொண்டேன். இரண்டு பேரிடம் நம்பிக்கை வைத்தால் இருவரில் ஒருவராவது செய்தியைக் கொண்டு சேர்ப்பார்களே.

‘குளிர் கடுமையாக இருந்தது. ஏதோ பனிப்பிரதேசத்தில் வாழ்வது போல உணர்ந்தேன். எப்போதும் மழை பெய்துகொண்டிருந்தது. தரை மிக மோசமாக இருந்தது. ஒவ்வொரு முறை தரையில் கால் வைக்கும் போதும், புதை மணலைப்போலச் சகதியில் சிக்கிக் கொண்டது, பிணத்தின் மீது கால் வைத்ததுபோலச் சில்லிட்டது.

‘இப்போது நாங்கள் ஒரு புதிய இடத்தை வந்தடைந்தோம். அது பதுங்கு குழி அல்ல. ஒரு சிறிய கிராமம். அதைச் சுற்றிலும், எரிந்து கொண்டிருக்கும் அழிவின் அலை வீசியது. அது ஏதோ புனிதமான முக்கியமான இடம் அந்த மனிதர்களின் முகத்தைப் பார்க்கையில் தெரிந்தது. கிட்டத்தட்ட அந்த இடத்தின் எல்லாக் கூரைகளையும், சுவர்களையும், மரங்களையும் சாவின் சிவப்பு நாக்குகள் தீண்டியிருந்த போதும், அந்த இடத்தை அவர்கள் இழக்க விரும்பவில்லை.

திறந்த வெளியில் இருப்பதைப் பெரிதும் விரும்பினேன். சாம்பல் நிற வானத்தைக் கீழே, மிகவும் கீழே பார்க்க முடிந்தது. இன்னமும் எந்தக் குண்டும் விழுந்திருக்காத வெண்பனி நிலத் துண்டுகளையும் பார்க்க முடிந்தது. அத்தனை குண்டு வீச்சுக்கும் துப்பாக்கிச் சூட்டுக்கும் நடுவில், பெருங்காற்றில் சிதைந்த பறவைக்கூடுகள் போல வீடுகள் நொறுங்கிப் போயிருந்த இடத்தில், எலிகள் ஒவ்வொரு பொந்தாக ஓடின. சுண்டெலிகள் பாலாடைக் கட்டிகளைத் திருடி ஓடின. ஈக்களைப் பிடிக்கச் சிலந்திகள் வலைகள் பின்னின. மனிதர்கள் சக மனிதர்களால் கொல்லப்படுவதில் பொருட்படுத்த ஒன்றுமில்லை. அன்று வானைச் சூழ்ந்திருந்த மேகங்களைப்போலவே அதில் கவலைப்பட ஒன்றுமில்லை என்றபடி அவை பாட்டுக்குத் தங்கள் வேலையைச் செய்து கொண்டிருந்தன.

'சிறிது நேரம் கழித்துக் குண்டுவீச்சு நின்றது. அந்தக் கிராமம், அதாவது எஞ்சிய கிராமம், அந்தத் தாக்குதலில் தப்பித்துவிட்டது போலப்பட்டது. மேலும் மேலும் இருண்டது. வானம், நான் என் மூக்கை அதில் நுழைக்கும் அளவுக்கு மிகவும் கீழே இறங்கி யிருந்தது. என்னுடைய ஒவ்வொரு சிறகையும் குளிர் பிடித்துக் கொண்டு, என் உடம்பிலிருந்து அவற்றைப் பிய்க்கத் துவங்கியது. எங்கள் கூண்டில் அசையாது உட்கார்ந்திருப்பது முடியாத காரியம் என்பதை உணர்ந்தேன். எங்களைக் கதகதப்பாக வைத்துக்கொள்ள நானும் ஹிராவும் ஒருவரை ஒருவர் கட்டிக்கொண்டோம்.

'மீண்டும் துப்பாக்கிச் சூடு துவங்கியது. இந்த முறை அனைத்து திசைகளிலிருந்தும். எங்கள் சின்ன கிராமம் எதிரியால் சூழப்பட்ட தீவாக ஆகிவிட்டது. எல்லாவற்றையும் மூடுபனி போர்த்தியிருக்க, எதிரிகள் பின் பக்கத்திலிருந்து எங்களுடைய தொடர்பைத் துண்டித்துவிட்டார்கள். பிறகு, ஏவுகணைகளை வீசத் துவங்கினார்கள். மதியம் கழிந்து அதிக நேரம் இருக்காது, ஆனாலும் இமாலய இரவைப்போலவே, இருட்டாகவும் நசநசப்பாகவும் இருந்தது. இன்னும் இரவாகவில்லை என்பதை மனிதர்கள் எப்படி அறியக்கூடும் என்று யோசித்துப் பார்த்தேன்.. என்ன இருந்தாலும் மனிதர்கள் பறவைகள் அளவுக்கு விஷயம் தெரிந்தவர்கள் அல்லவே.

'எங்களுடைய செய்திகளைக் கொண்டு செல்வதற்காக நானும் ஹிராவும் திறந்துவிடப்பட்டோம். நாங்கள் மேலே பறந்தோம். ஆனால், அதிக தூரம் செல்ல முடியவில்லை. சீக்கிரமே அடர்ந்த பனியினால் விழுங்கப்பட்டோம். எங்கள் கண்கள் எதையும் பார்க்க முடியவில்லை. ஒரு குளிர்ந்த ஈரப்பதம் மிக்க திரை ஒன்று எங்கள்

கண்களை அழுத்தியது. ஆனால், நான் இதைப்போல ஒன்றை எதிர்பார்த்துத்தான் இருந்தேன். போர்க்களத்திலோ இந்தியாவிலோ இப்படிப்பட்ட நேரத்தில் நான் என்ன செய்வேனோ அதையே செய்தேன். நான் மேலே பறந்தேன். ஒரு சமயம் இன்னும் ஒரு அடிகூடமேலே செல்ல முடியாது என்பதுபோலத் தோன்றியது. என் இறக்கைகள் ஈரமாகி இருந்தன. என் மூச்சு, தொடர்ந்த தும்மல்களால் தடைப்பட்டது. எக்கணமும் செத்து விழுந்துவிடப் போகிறேன் என்று நினைத்தேன்.

புறா கடவுளர்களின் உதவியால், இப்போது என்னால் சில கஜம் வரை காண முடிந்தது. எனவே, நான் மேலே பறந்தேன். இப்போது என் கண்களில் எரிச்சலை உணர்ந்தேன். என் கண்கள் குருடாவதிலிருந்து தப்பிக்க, புழுதிப்புயலில் ஊடே பறக்கும்போது நான் பயன்படுத்தும் என்னுடைய இரண்டாவது கண் இமையைப் பயன்படுத்தியே ஆக வேண்டும் என்பதைத் திடீரென்று, உணர்ந்தேன். ஏன் என்றால், நாங்கள் மூடுபனிக்கிடையே இல்லை. மனிதர்கள் பரப்பிவிட்ட, மட்டமான வாடை கொண்ட, கண்களை அழிக்கும் புகை அது. யாரோ ஊசியால் கண்களிலேயே குத்தியது போல என் கண்கள் வலித்தன.

என் கண் திரை மூடியிருக்க, மூச்சைப் பிடித்துக் கொண்டு நான் போராடி மேலே ஏறினேன். என்னுடன் வந்து கொண்டிருந்த ஹிராவும் மேலே ஏறினான். அந்த வாயுவால் மூச்சடைத்துச் சாகும் நிலைக்கு வந்துவிட்டான் அவன். ஆனால், அவன் தன்னுடைய போராட்டத்தை நிறுத்திக்கொள்ளப்போவதில்லை. கடைசியில் அந்த விஷவாயுவைத் தாண்டி நாங்கள் மேலே பறந்தோம். அங்கே காற்று சுத்தமாக இருந்தது. என் கண்களின் திரையைத் திறந்து, சாம்பல் நிற வானத்தை நோக்கினேன். அங்கே எங்களுடைய படைவரிசை தெரிந்தது. நாங்கள் அதை நோக்கிப் பறந்தோம்.

‘எங்கள் இடம் நோக்கிப் பாதி தூரம் சென்றிருப்போம், அப்போது உடம்பு முழுக்கக் கருப்புச் சிலுவை போட்டுக் கொண்டிருந்த ஒரு கொடூரக் கழுகு எங்கள் அருகே பறந்து, பக் பஃப், பக் பஃப், பாப் பாப்... என்று எங்கள் மீது நெருப்பை உமிழ்ந்தது. நாங்கள் குனிந்து கொண்டோம். எங்களால் முடிந்ததைச் செய்தோம். அதன் பின்பக்கம் பறந்து சென்றோம். அந்தப் பக்கத்திலிருந்து அந்த இயந்திரங்களால் எங்களைத் தாக்க முடியவில்லை. அந்த இயந்திரக் கழுகின் வாலுக்கு மேலே நாங்கள் பறந்து செல்வதை நினைத்துப் பாருங்கள். அதனால் ஒன்றும் செய்ய முடியவில்லை. அது வட்டமடிக்கத் துவங்கியது. நாங்களும் வட்டமடித்தோம். அது

குட்டிக்கரணம் போட்டது. நாங்களும் போட்டோம். நிஜமான கழுகைப் போல் இல்லாமல், அதனுடைய வால் ஒரு செத்த மீனைப்போல விறைப்பாக இருந்தது. அதை அசைக்கமுடியாமல், அதனால் ஒன்றும் செய்ய முடியவில்லை. அதன் முன்னே மறுபடி சென்றால், அந்த நொடியிலேயே கொல்லப்படுவோம் என்பதை நாங்கள் அறிந்திருந்தோம்.

‘நேரம் போய்க்கொண்டிருந்தது. அந்த இயந்திரக் கழுகின் வாலுக்கு மேலேயே காலம் பூராவும் சுற்றிக் கொண்டிருக்க முடியாது என்பதை நான் உணர்ந்தேன். நாங்கள் கிளம்பி வந்த, விஷவாயு சூழப்பட்ட கிராமத்தில் ரசெல்தாரும் எங்கள் நண்பர்களும் இருந்தார்கள். அவர்களின் பாதுகாப்புக்காகவும் அவர்களுக்கு உதவி கிடைக்கவும் நாங்கள் எங்கள் செய்தியைக் கொண்டு சேர்க்க வேண்டும்.

‘அப்போது அந்த இயந்திரக் கழுகு ஒரு தந்திரம் செய்தது. அது தன்னுடைய இடம் நோக்கித் திரும்பிப் பறந்து சென்றது. அது எங்களைச் சுடாமல் இருக்கும் பொருட்டு, அதன் வாலுக்கு மேலேயே பறந்து சென்று எதிரியின் எல்லைக்குள் நுழைய நாங்கள் விரும்பவில்லை. குறி பார்த்துச் சுடுபவர்கள் அங்கு எங்களைச் சுட்டு வீழ்த்திவிடுவார்கள். இப்போது நாங்கள் எங்கள் இடம் நோக்கிப் பாதி தூரம் வந்துவிட்டோம், எங்கள் எல்லையும் கண்களுக்குத் தெரிகிறது, எனவே நாங்கள் கவனமாக இருப்பதில் அவ்வளவு அக்கறை செலுத்தவில்லை. அந்த இயந்திரக் கழுகிடமிருந்து திரும்பி எங்களால் முடிந்த அளவு வேகமாகப் பறந்தோம்.

ஒவ்வொரு முறை இறக்கையை அடிக்கும் போதும் மேலே உயர்ந்தோம். நாங்கள் இப்படிச் செய்த உடனே, அந்தப் பரிதாப மிருகம் திரும்பி எங்களைத் தொடர ஆரம்பித்தது. அதிர்ஷ்டவச மாக, அதற்குக் கொஞ்சம் நேரம் பிடித்தது. இப்போது நாங்கள் எங்கள் எல்லைக்கு மேலே பறக்கிறோம் என்பதில் எந்தச் சந்தேகமும் இல்லை. அதே நேரத்தில், அந்தக் கழுகும் எங்கள் உயரத்துக்கு வந்து, எங்களை நோக்கி நெருப்பைக் கொட்டியது, பஃப் பஃப் பாப் பாப். இப்போது நாங்கள் குனிந்து மூழ்க நிர்பந்திக்கப்பட்டோம்.

நான் ஹிராவை எனக்கு கீழே பறக்கச் செய்தேன். அது அவனைப் பாதுகாத்தது. அப்படியே நாங்கள் பறந்தோம். ஆனால், விதி என்பது விதியேதான். எங்கிருந்தோ ஒரு கழுகு வந்து எதிரியை

நோக்கிச் சுட்டது. நாங்கள் இப்போது பாதுகாப்பாக உணர்ந்தோம். நானும் ஹிராவும் அருகருகே பறந்தோம். அப்போது நான் தவிர்த்த ஒரு குண்டு அவனுடைய இறக்கையை முறித்தது. பாவம்! ஹிரா காயம் பட்டுவிட்டான். அவன் வட்டமடித்து ஒரு உடைந்த வெள்ளி இலையைப்போலே காற்றின் ஊடே கீழே விழுந்தான். நல்லவேளை எங்கள் எல்லையில் விழுந்தான். அவன் இறந்துவிட்டதைக் கண்டதும், இரண்டு கழுகுகளுக்கும் இடையில் நடக்கும் சண்டையைக் காணத் திரும்பிக்கூடப் பார்க்காமல், நான் மின்னல் வேகத்தில் பறந்தேன்.

'நான் எங்கள் இடத்தை அடைந்தவுடன், தலைமைத் தளபதியிடம் அழைத்துச் செல்லப்பட்டேன். அவர் என் முதுகைத் தட்டிக் கொடுத்தார். அந்த வயதான மனிதர் அந்தக் காகிதத் துண்டைப் படித்துவிட்டு, சில்வண்டு போல் ஓசை எழுப்பிக்கொண்டிருந்த அதிசய வஸ்துகள் சிலவற்றைத் தொட்டு ஒரு கொம்பை எடுத்து அதில் என்னவோ உறுமினார். இதைக் கண்டு, முதன் முறையாக ஒரு முக்கியமான செய்தியைக் கொண்டு வந்திருக்கிறேன் என்பதை உணர்ந்தேன். இப்போது கோண்ட் என்னை என்னுடைய கூண்டுக்குக் கொண்டு போனார். அங்கு, ஹிராவை நினைத்துக் கொண்டு நான் உட்கார்ந்திருக்க, எனக்கு கீழே இருக்கும் பூமி மொத்தமும் அதிர்ந்ததை உணர்ந்தேன்.

வெட்டுக்கிளிகள்போல இயந்திரக் கழுகுகள் பறந்தன. அவை ஊளையிட்டன, இரைந்தன, குரைத்தன. கீழே, நிலத்திலிருந்து, எண்ணற்ற உலோக நாய்கள் வெடித்து உறுமின. பிறகு, காட்டிலிருக்கும் ஒட்டு மொத்தப் புலிகளுக்கும் பைத்தியம் பிடித்துவிட்டதைப் போல, அடர்ந்த குரலில் ஊளைச் சத்தம் கேட்டது. கோண்ட் என் தலையைத் தட்டிக் கொடுத்து, 'இன்று நீ காப்பாற்றிவிட்டாய்' என்றார். எனக்குத் தான் நாள் ஒன்று இருப்பதாகவே தெரிய வில்லை. இருண்ட சாம்பல் நிற வானத்துக்குக் கீழே, மரணம் ஒரு டிராகனைப்போலவே சுற்றிக்கொண்டும் அலறிக்கொண்டும், தன் பிடியிலிருந்த அனைவரையும் கசக்கிக் கொண்டும் இருந்தது. அடுத்த நாள் பயிற்சிக்காக எங்கள் தளத்துக்குப் பக்கத்தில் பறந்த போது, என் கூண்டிலிருந்து ஒரு மைல் தொலைவுக்குள் நிலம் குண்டுகளால் துளைக்கப்பட்டிருப்பதைக் கண்டேன். எலிகளாலும் சுண்டெலிகளாலும் கூடத் தப்பிக்க முடியவில்லை. டஜன் கணக்கில் அவை கொல்லப்பட்டு, பிய்த்து எறியப்பட்டிருந்தன. என்ன ஒரு சேதம் ஏற்பட்டிருக்கிறது என்பதை இதிலிருந்தே நீங்கள் அளவிட்டுக்கொள்ளலாம். ஓ! எத்தனை கோரம். எனக்குத் துக்கமாக இருந்தது. இப்போது ஹிராவும் செத்துப் போய்விட்டான். நான் தனிமையாகவும் சோர்வாகவும் உணர்ந்தேன்.

14

உளவு பார்க்கப்போன கோண்ட்

டிசம்பரின் முதல் வாரத்தில் கோண்டும் வண்ணக்கழுத்துப் புறாவும் தன்னந்தனியாக உளவு பார்க்கப் போக வேண்டியிருந்தது. அவர்கள் போன இடம் ஒரு காடு. அது ஏப்ரெ, அர்மெண்டியர் மற்றும் ஹெஸ்ப்ரோக் நகரங்களில் இருந்து வெகு தொலைவில் இல்லை. ஃபிரெஞ்சு வரைபடத்தை எடுத்துக் கொண்டு, கலேவிலிருந்து தெற்கு நோக்கி ஒரு நேர்கோட்டை வரைந்தீர்கள் என்றால், பிரிட்டிஷ் மற்றும் இந்திய ராணுவம் நின்றிருந்த இடங்கள் அடுத்தடுத்து இருப்பதைக் காண முடியும். அர்மெண்டி யருக்குப் பக்கத்தில் இந்திய மொகம்மதிய வீரர்களின் கல்லறைகள் நிறைய இருக்கின்றன. இந்திய இந்து மத வீரர்களின் கல்லறைகள் ஏதுமில்லை. ஏனென்றால் இந்துக்கள் ஆதிகாலத்திலிருந்தே இறந்தவர்களை எரியூட்டி வந்தார்கள். எரியூட்டப்பட்டவர் களுக்குக் கல்லறைகள் கிடையாது. அவர்களுடைய அஸ்தி காற்றில் தூவப்படுகின்றன. அவர்களுக்கு நினைவுச் சின்னங்கள் இல்லை, ஆம், எந்தவொரு இடமும் அவர்களின் நினைவைப் பாரமாகச் சுமப்பதில்லை.

மீண்டும் கோண்டுக்கும் வண்ணக்கழுத்துக்கும் வருவோம். எதிரியின் எல்லைக்கு அப்பால், ஹெஸ்ப்ரோக் அருகில் காட்டுக்குள் இருக்கும் மிகப் பெரிய ரகசிய ஆயுதக் கிடங்கின் இருப்பிடத்தைத் துல்லியமாய் அறிய அவர்கள் இருவரும் அனுப்பப்பட்டார்கள். அதைக் கண்டுபிடித்தால், கோண்டும் வண்ணக்கழுத்துப் புறாவும்

தனியாகவோ இருவருமாகவோ, ஒரு துல்லியமான வரைபடத்தோடு பிரிட்டிஷ் ராணுவத் தலைமையகத்துக்குத் திரும்ப வேண்டும். அவ்வளவு தான். ஆக, தெளிவான டிசம்பர் மாதக் காலையில் ஒரு நாள் வண்ணக்கழுத்துப் புறாவை ஒரு விமானத்தில் ஏற்றிக் கொண்டார்கள். அது காட்டின் மேலே இருபது மைல் தூரம் பறந்தது. அந்தக் காட்டின் ஒரு பகுதி பிரிட்டிஷ் இந்தியப் படை வசமும் மற்றொரு பகுதி ஜெர்மானியப் படை வசமும் இருந்தது. ஜெர்மனியர்களின் இடத்துக்குள் நுழைந்த பிறகு வண்ணக்கழுத்துப் புறா விடுவிக்கப்பட்டது. அவன் காடு முழுக்கப் பறந்தான். பிறகு அந்த நிலப்பரப்பைப்பற்றி அறிவை வளர்த்துக் கொண்டு வீடு திரும்பினான். வண்ணக்கழுத்துப் புறா தன்னுடைய பாதையை அறிந்துகொள்ளவும், அவனிடம் எதிர்பார்க்கப்படும் வேலையைப் பற்றி அவனுக்கு அறிவுறுத்தவுமே இந்த ஏற்பாடு.

அன்று மாலை சூரியன் மறைந்ததும், நியூ யார்க்குக்கு வடக்கே பத்து பாகையில் இருக்கும் அந்த இடத்தில் சுமார் நான்கு மணிக்கே அந்தி சாய்ந்துவிடும். குளிருக்குக் கணப்பான உடைகளை அணிந்து கொண்டு, வண்ணக்கழுத்துப் புறாவைத் தன் மேல் சட்டைக்கு உள்ளே வைத்துக்கொண்டு, கோண்ட் கிளம்பினார். அவர்கள் ஒரு ஆம்புலன்ஸில் அந்தப் பெரிய காட்டில், இந்திய ராணுவத்தின் இரண்டாவது எல்கை வரை சென்றார்கள். முழு இருட்டில், உளவுத்துறை ஆட்கள் வழிநடத்த அவர்கள் போர்முனை நோக்கிச் சென்றார்கள்.

சீக்கிரமே அவர்கள் இரு படைகளின் ஆக்கிரமிப்பிலும் இல்லாத மையப்பகுதியை அடைந்தார்கள். அதிர்ஷ்டவசமாக அது மரங்களால் மறைக்கப்பட்டிருந்தது. குண்டுவீச்சில் அம்மரங்களில் பல இன்னும் சேதமடையாமல் இருந்தது. பிரெஞ்சோ ஜெர்மனோ, ஆங்கிலத்தில் ‘யெஸ்’, ‘நோ’, ‘வெரி வெல்’ என்பதைத் தாண்டி ஒன்றும் அறியாத கோண்ட், தன்னுடைய மேல் சட்டைக்கு அடியில் ஆழ்ந்த தூக்கத்தில் இருக்கும் புறாவின் துணையோடு, ஜெர்மனியப் படையின் ஆயுதக்கிடங்கைக் கண்டுபிடிக்கத் தனித்து விடப்பட்டார்.

முதலில் அவர், தான் குளிர்ந்த இமாலயத்தின் சீதோஷ்ணம் கொண்ட ஒரு நாட்டில், குளிர் காலத்தில் மரங்கள் மொட்டையாக நிற்க, இலையுதிர்கால சருகுகளும் உறைபனியும் தரையை மூடியிருக்கும் இடத்தில் இருக்கிறோம் என்பதைத் தனக்கு நினைவூட்டிக்கொள்ள வேண்டியிருந்தது. மரங்களிலும் மரக்கன்றுகளிலும் குறைந்த அளவே இலைகள் இருக்க அவருக்குத் தன்னை மறைத்துக்கொள்வது அத்தனை எளிதான காரியமாக இல்லை.

அந்த இரவு இருள் சூழ்ந்திருந்தது; பிணத்தைப்போலச் சில்லிட்டிருந்தது. ஆனால், எந்த ஒரு மனிதனைவிடவும் இருட்டில் சிறப்பாக அவரால் காண முடியும் என்பதாலும், அவருடைய மோப்பம் பிடிக்கும் சக்தி எந்தவொரு விலங்கை விடவும் கூர்மையானது என்பதாலும், யாரும் புக முடியாத இடத்தைக் கடந்து முன்னேறுவது என்பது அவருக்குத் தெரிந்திருந்தது. அதிர்ஷ்டவசமாக அந்த இரவில் காற்று கிழக்கிலிருந்து வீசியது.

மரங்களுக்கு இடையே கொஞ்சம் கொஞ்சமாக நகர்ந்த அவர், தன்னால் முடிந்த அளவுக்கு விரைவாக முன்னேறினார். ஒரு ஜெர்மனியப் படை தன் வழியைக் கடக்கப்போகிறது என்பதை அவர்கள் வருவதற்குச் சில நிமிடங்கள் முன்னதாகவே அவருடைய முக்கு அவருக்குச் சொல்லிவிட்டது. அவர், ஒரு சிறுத்தையைப்போல மரத்தின் மீது ஏறிக் காத்திருந்தார். அவர்களுக்கு ஒரு சிறு அசைவின் ஓசை கூடக் கேட்கவில்லை. அதுவே பகலாக இருந்திருந்தால் அவர் இருப்பதைக் கண்டுபிடித்திருப்பார்கள். ஏனென்றால், உறைபனியின் மீது நடந்து வந்திருந்த அவருடைய கால்களில் இருந்து ரத்தம் சொட்டி, கறைபடிந்த கால்தடத்தை விட்டிருந்தது.

ஒருமுறை அவர் மிகக் குறுகிய இடைவெளியில் தப்பித்தார். இரண்டு ஜெர்மானிய வீரர்கள் கீழே கடந்து செல்ல வழிவிட்டு அவர் மரத்தின் மீது ஏறியிருக்க, ஒரு கிளையிலிருந்து அவர் காதில் யாரோ ஒருவர் கிசுகிசுத்ததைக் கேட்டார். உடனே அவருக்கு அது ஒரு ஜெர்மானியத் துப்பாக்கி வீரர் என்பது புரிந்துவிட்டது. ஆனால், அவர் தன் தலையைத் தாழ்த்திக் கவனமாகக் கேட்டார். அந்த ஜெர்மானியர் ‘குடன் நாட்ஜ்’ என்றார். பிறகு, வெளிவந்து மரத்திலிருந்து இறங்கினார். அவர் கோண்ட் தன்னைப் பணியிலிருந்து விடுவிக்க வந்த சக வீரர் என்று தவறாக நினைத்துக் கொண்டார் என்பதில் எந்தச் சந்தேகமும் இல்லை. சில நிமிடங்கள் கழித்து, கோண்ட் மரத்திலிருந்து இறங்கி, அந்த ஜெர்மானியரின் கால் தடத்தைப் பின்தொடர்ந்தார். இருட்டாக இருந்தாலும் அவருடைய வெற்றுப் பாதம், அந்த மனிதனின் காலடி தடம் பதித்திருந்த மண்ணை உணர்ந்தது. அது அவருக்கொன்றும் கடினமில்லை.

கடைசில் அவர் நிறைய மனிதர்கள் தற்காலிகமாகத் தங்கியிருக்கும் இடத்தை அடைந்தார். அவர் மெதுவாக அவர்களைச் சுற்றிச் சென்று முன்னேற வேண்டியிருந்தது. தன் காலடியில் ஏதோவொரு புதிய சத்தத்தைக் கேட்டார். நின்று, கவனித்தார். சந்தேகமே

இல்லை, அது அவருக்குப் பழக்கமான சத்தம்தான். அவர் காத்திருந்தார். ஒரு மிருகத்தின் காலடி. பட்டர்ர் பட், பட்டர்ர்! கோண்ட் அந்தச் சத்தத்தை நோக்கி நகர்ந்தார். உள்ளழுந்திய ஒரு உறுமல் சத்தம் வந்தது. பயத்துக்குப் பதிலாக, சந்தோஷம் அவர் மனதை நிறைத்தது. புலிகள் நிறைந்த இந்தியக் காடுகளில் இரவைக் கழித்த அவர், ஒரு காட்டு நாயுடைய உறுமலுக்குப் பயந்துவிடவில்லை.

சீக்கிரமே இரண்டு சிவப்புக் கண்கள் அவருடைய பார்வைக்கு வந்தது. கோண்ட், கவனமாகத் தனக்கு முன்னால் இருக்கும் காற்றை முகர்ந்தார். அந்த நாயின் மீது சிறிதளவுகூடமனித வாசனை இல்லை. அந்த நாய் காட்டு விலங்காகிவிட்டிருந்தது. அந்த நாயும், தான் என்ன விதமான விலங்கை எதிர் கொண்டிருக்கிறோம் என்பதை அறியக் காற்றை முகர்ந்தது. கோண்ட் சாதாரணமாக மனிதர்கள் வெளிப்படுத்தும் பய வாசனையை வெளிப்படுத்த வில்லை என்பதால், அந்த மிருகம் முன் வந்து தன்னை அவர் மீது உரசி, தீவிரமாக முகர்ந்தது.

அதிர்ஷ்டவசமாக, கோண்ட் வண்ணக்கழுத்துப் புறாவை அந்த நாயின் மூக்குக்கு மேலே தூக்கிக் கொண்டிருந்தார். மேலும், காற்று பறவையின் வாசனையைக் கொண்டுபோய்க் கொண்டிருந்தது. ஆக, அந்த நாய் தனக்கு முன்னால் இருந்த மனிதனைப் பயமில்லாத ஒரு நண்பனாகவே பார்த்தது. அது தன் வாலைக் குழைத்துக் கொண்டு கொண்டு செல்லம் கொஞ்சியது. தன் கையால் அதன் தலையைத் தட்டிக் கொடுப்பதற்குப் பதிலாக கோண்ட், மெதுவாகத் தன் கையை நாயின் கண்களுக்கு முன்னால், அது பார்ப்பதற்காகவும் முகர்வதற்காகவும் நீட்டினார். அடுத்த ஒரு நொடி நிச்சயமின்மை தொடர்ந்தது.

அந்த நாய் கையைக் கடிக்கப் போகிறதா? இன்னொரு நொடியும் கழிந்தது. பிறகு... அந்த நாய் கையை நக்கியது. இப்போது சுகமாய்க் கொஞ்சியது. ‘ஆக, இது வேடனுடைய நாய். தலைவனைப் பிரிந்திருக்கிறது. இதனுடைய எஜமானன் இறந்திருக்கக் கூடும். ஜெர்மானியப் படைக்கு வரும் உணவுப் பொருட்களைக் கவர்ந்து தின்று உயிர் பிழைத்திருக்கிறது. ஏனென்றால், இது இதுவரை மனித மாமிசத்தைத் தின்றதாகத் தெரியவில்லை. இதுவரைக்கும் பரவாயில்லை’ என்று தனக்குத் தானே சொல்லிக் கொண்டார் கோண்ட்.

கோண்ட் மெதுவாகச் சீட்டியடித்தார். எந்த நாடாக இருந்தாலும் எக்காலத்திலும் இது தான் வேடர்களின் சமிக்ஞை. ‘வழிநடத்து’

என்பது அதன் அர்த்தம். அந்த நாயும் அவரை வழிநடத்தியது. ஒரு ஆண் கலைமான், புலியின் குகையை மிகத் திறமையுடன் கடப்பதைப்போல, அந்த நாய் ஜெர்மானிய வீரர்களின் தற்காலிக முகாமைச் சுற்றிக் கொண்டு சென்றது. பல மணிநேர அலைச்சலுக்குப் பின், அவர்கள் தங்கள் இலக்கை அடைந்தார்கள். சந்தேகமே இல்லை. கோண்ட் அவர் தேடி வந்த ஆயுதக் கிடங்கைக் கண்டுபிடித்துவிட்டார். ஆயுதங்கள் மட்டுமல்ல ஜெர்மானியர்களின் உணவுக் கிடங்கும் அது தான். அவரை வழிநடத்திக் கொண்டு போன காட்டு நாய், ஒரு ரகசியப் பொந்துக்குள் சென்று அரை மணி நேரம் கழித்து ஒரு கன்றின் கால் இறைச்சியோடு திரும்பியது. அதுவொரு மாட்டிறைச்சி என்று அதன் வாடையைக் கொண்டே கோண்டால் கணிக்க முடிந்தது.

அந்த நாய் உறைபனித் தரையில் தன்னுடைய இரவு உணவோடு அமர்ந்தது. அதே நேரத்தில், கோண்ட் தான் இரவு முதல் தோளில் போட்டுக் கொண்டிருந்த பூட்ஸ்களை எடுத்து அணிந்து கொண்டு, மேலே உற்று நோக்கினார். நட்சத்திரங்களின் நிலை இருப்பை வைத்து அவரால் தன் இருப்பிடத்தை அறிய முடிந்தது. அங்கே கொஞ்ச நேரம் காத்திருந்தார்.

மெதுவாக விடியத் துவங்கியது. தன் பையிலிருந்து ஒரு திசைகாட்டியை எடுத்தார். அந்த இடத்தின் வரைபடத்தைத் தன்னால் வரைய முடியும் என்று நிச்சயமாக உணர்ந்தார். அப்போது, அந்த நாய் மேலே குதித்து, கோண்டின் மேல் சட்டையைப் பற்களால் கடித்து இழுத்தது. மீண்டும் அந்த நாய் தன்னை வழிநடத்த விரும்புகிறது என்பதில் அவர் மனதில் எந்தச் சந்தேகமும் இல்லை. அந்த நாய் முன்னால் ஓட, கோண்ட் விரைவாகப் பின்தொடர்ந்தார். விரைவிலேயே அவர்கள் முட்களாலும் உறைந்த கொடிகளாலும் அடர்த்தியாக மறைக்கப்பட்டிருந்த ஒரு இடத்தை அடைந்தார்கள். அந்தப் பாதை விலங்குகளுக்கு மட்டுமே சாத்தியமானது. அந்த நாய் பல கூரான முட்களுக்கு கீழே தவழ்ந்து சென்று மறைந்துவிட்டது.

இப்போது கோண்ட் நட்சத்திரங்களின் நிலை இருப்பை ஒரு படமாக வரைந்து, தன்னுடைய திசைகாட்டியின் சரியான நிலையையும் வரைபடத்தில் குறித்து இரண்டையும் வண்ணக்கழுத்துப் புறாவின் காலில் கட்டிப் பறக்கவிட்டார். அந்தப் புறா ஒவ்வொரு மரமாகப் பறந்து, ஒவ்வொன்றிலும் ஒரு நிமிடம் வரை உட்கார்ந்து தன் அலகுகளால் இறகுகளை ஒழுங்குபடுத்துவதைப் பார்த்தார். பிறகு, காலில் கட்டப்பட்ட தாள் இருக்கிறதா என்று சரிபார்ப்பதுபோலத்

தன் அலகால் கொத்தி ஒழுங்குபடுத்திக் கொண்டு, இருப்பதிலேயே உயரமான மரத்தின் உச்சிக்குச் சென்று, அங்கே அமர்ந்து கொண்டு அந்த இடத்தின் அமைப்பை ஆய்வு செய்தது. அந்த நொடியில், மேலே பார்த்துக் கொண்டிருந்த கோண்ட் தான் இழுக்கப்படுவதை உணர்ந்தார். குனிந்து தன் காலின்கீழ் பார்த்தார். அந்த நாய் முட்களுக்கு அடியிலிருந்த ஒரு குழிக்குள் அவரை இழுத்தது. கோண்ட் தாழக் குனிந்தார். தன்னுடைய வழிகாட்டியைத் தொடரும் அளவுக்குக் கீழே வளைந்தார். ஆனால், கடைசியில் தலைக்கு மேலே இறக்கைகள் அடிக்கும் சத்தமும், துப்பாக்கிகள் வெடிக்கும் சப்தமும் கேட்டது. எழுந்து வண்ணக்கழுத்துப் புறா கொல்லப் பட்டுவிட்டானா இல்லையா என்று ஆராயக்கூட அவருக்கு நேரமில்லை.

முட்களுக்கு அடியில், தன் வயிறும் முதுகெலும்பும் ஒட்டிக் கொண்டது போலும், இரண்டும் சேர்ந்து தரையோடு தைக்கப் பட்டது போலும் அவர் தவழ்ந்தார். அவர் உந்தித் தவழ்ந்து திடீரென்று எட்டு அடி வரை வழுக்கிக் கொண்டு போய், ஒரு இருண்ட குழியில் விழுந்தார். கும்மிருட்டாக இருந்தது. சிராய்த்த தலையைத் தேய்த்துக் கொண்டிருந்ததால் கோண்ட் அதை முதலில் கவனிக்கவில்லை.

கடைசியில் எங்கே இருக்கிறோம் என்பதை அவர் அறிய முற்பட, திருடர்களின் குகைபோல முட் புதர்களால் பாதுகாக்கப்பட்ட உறைந்த தண்ணீர்க் குழியாக இருக்கலாம் என்று நினைத்தார். குளிர்காலத்திலும், தலைக்கு மேலே உள்ள கிளைகளிலும் கொடிகளிலும் இலைகளே இல்லாத போதும், பகற்பொழுதிலும் கூட அந்தக் குழியில் இருள் அடர்த்தியாகவே இருந்தது. அந்த நாய் இப்போதும் அவருடன் தான் இருந்தது. அது தான் அவரை பாதுகாப்பான இடத்துக்கு இழுத்து வந்திருந்தது. பாவம், அந்த விலங்கு ஒரு நண்பன் கிடைத்த மகிழ்ச்சியில் இருந்தது. அந்த நேரத்திலும் கோண்ட்டோடு மணிக்கணக்காக விளையாடிக் கொண்டிருக்க விரும்பியது. ஆனால், களைப்படைந்த கோண்ட், கிட்டத்தில் ஒலிக்கும் துப்பாக்கிச் சத்தத்தையும் பொருட்படுத்தாது தூங்கிவிட்டார்.

மூன்று மணிநேரங்கள் கழித்து அந்த நாய் திடீரென்று சிணுங்கியது. பைத்தியம் பிடித்ததைப்போல ஊளையிட்டது. அதன் பிறகு பயங்கர வெடிச் சப்தங்களால் பூமி அதிர்ந்தது. அதைப் பொறுக்க முடியாமல், அந்த நாய் கோண்டின் மேல் சட்டையைப் பிடித்து இழுத்தது. வெடிச் சத்தம் படிப்படியாக, கோண்ட் இருந்த இடம்

ஒரு தொட்டில்போல ஆடும் வரை உயர்ந்தது. ஆனால், அவர் மறைவிடத்திலிருந்து வெளியே வருவதாய் இல்லை. 'ஓ வண்ணக்கழுத்துப் புறாவே, ஒப்பில்லாத பறவையே, எவ்வளவு சிறப்பாக உன் வேலையைச் செய்திருக்கிறாய். அதற்குள், அந்த செர்ரிப்பழ முகம் கொண்ட தளபதியிடம் செய்தியைக் கொண்டு சேர்த்திருக்கிறாய். எனவேதான் இந்த இடி போன்ற பதில். நீ பறவை இனத்தின் மாணிக்கம்' என்று தனக்குத் தானே சொல்லிக் கொண்டார். அவர் முனகிக் கொண்டிருக்க விமானங்கள் போட்ட குண்டுகள் ஜெர்மானிய ஆயுதக் கிடங்கை வெடிக்கவைத்தது.

அப்போது, அவரை மேற்சட்டையின் கையைப் பிடித்து இழுக்க முயன்று கொண்டிருந்த அந்த நாய், காய்ச்சல் வந்தவன்போல ஊளையிட்டு நடுங்கியது. அந்த நொடியில் காற்றில் ஏதோ உரசிக் கொண்டு வந்து பொத்தென்று பக்கத்தில் விழுந்தது. ஒரு அழுகையான ஊளையோடு அந்த நாய் தன்னுடைய மறைவிடத்திலிருந்து வெளியே விரைந்தது. கோண்டும் அதைப் பின் தொடர்ந்தார். ஆனால், காலம் கடந்துவிட்டது. அந்த முட்களின் ஊடே அவர் பாதி தூரம் கடந்திருக்க, அவருக்குக் கீழே இருந்து காதைப் பிளக்கும் வெடிச்சத்தம் பூமியை நொறுக்கியது. கொடூரமான வலி அவருடைய தோளைத் துளைத்தது. ஏதோ ஒரு பேயால் தூக்கி, கடும் வலிமையுடன் தரையில் எறியப்பட்டதைப் போல அவர் உணர்ந்தார். கருஞ்சிவப்பு வைரங்களில் ஒளி அவர் கண்களின் முன்னே சில நொடிகள் ஆடிவிட்டு, திடீரென்று ஆற்றுப்படுத்தும் இருள் சூழ்ந்தது.

ஒரு மணிநேரம் கழித்து அவருக்கு நினைவு திரும்பிய உடன், முதன் முதலில் அவர் உணர்ந்தது ஹிந்துஸ்தானி குரல்களைத்தான். தன்னுடைய ஊர் மொழியை மேலும் தெளிவாகக் கேட்க அவர் தன் தலையை உயர்த்தினார். அந்த நொடியில், அவர் ஆயிரம் நல்ல பாம்புகள் கொத்தியதைப் போன்ற வலியை உணர்ந்தார். தான் தாக்கப்பட்டதையும் உயிர் போகுமளவுக்குக் காயம்பட்டிருப்பதையும் அவர் புரிந்து கொண்டு விட்டார். அதே நேரத்தில், ஒவ்வொரு முறை ஹிந்துஸ்தானி ஒலி கேட்கும் போதும், இந்தக் காடு எதிரியின் வசம் இல்லை, இந்தியப் படையின் வசத்தில் இருக்கிறது, என்பதை அறிந்து அவர் உள்ளம் மகிழ்ந்தது. 'ஆ! என் வேலை முடிந்தது. இனி நான் சந்தோஷமாகச் சாகலாம்' என்று தனக்குத் தானே சொல்லிக்கொண்டார்.

15

சேதி கொண்டு போன கதை

‘நிகழ்வுகள் நிரம்பிய அந்நாளுக்கு முந்தைய நாள் நான் மிகக் குறைவாகவே தூங்கியிருந்தேன். அவருடைய மேற்சட்டைக்கு உள்ளே இருந்தாலும், நான் விழித்துக் கொண்டிருந்தேன் என்பதை கோண்ட் அறியவில்லை. ஒவ்வொரு அரைமணிக்கும், ஆண் கலைமானைப்போல ஓடும், அணிலைப்போல மரங்களில் ஏறும், முன்பின் தெரியாத நாயோடு நட்பு வைத்துக்கொள்ளும் ஒரு மனிதருடைய இதயத்துக்குப் பக்கத்தில் தூங்க முடியாது. ஒருசமயம் கோண்டுடைய இதயம் வேகவேகமாகத் துடிக்கும். மற்றொரு சமயம் இதயத்துடிப்பு ஒரு கஜத் தொலைவுக்கு அப்பாலிருந்து கேட்பதுபோல இருக்கும். தூங்குவதற்கு இடைஞ்சலாக அவர் செய்த மற்றொரு காரியம், அந்த இரவு முழுக்க ஒரு ஒழுங்கில்லாமல் மூச்சு விட்டது தான். சிலசமயம் நீளமாக இழுத்து மூச்சுவிட்டார். சில சமயம் பூனையிடமிருந்து தப்பி ஓடும் எலியைப் போல வேகவேகமாக மூச்சுவிட்டார். இப்படிப்பட்ட மனிதருடைய மேற்சட்டைக்கு அடியில் தூங்குவதைவிட வானத்தில் ஒரு புயலுக்கு நடுவிலே தூங்க முயற்சித்திருப்பேன்.

‘பிறகு அந்த நாய். நான் அதை மறக்கவும் முடியுமா? கோண்ட், அதைச் சேர்த்துக் கொண்டபோதுநான் பயந்து போனேன். ஆனால், என் உடம்பு வாடை அதற்குத் தெரியவில்லை. கீழிருந்து எழும்பி வந்த காற்று, ஒரு நல் வாடை கொண்ட பேயைப்போல, இது

எங்களை நட்பாக்கிக்கொள்ள வந்திருக்கிறது என்று எனக்குச் சொல்லியது. அதனுடைய காலடி ஓசையை நான் காலம் முழுதும் நினைவில் வைத்திருப்பேன். ஒரு பூனையைப்போல மென்மையாக நடந்தது. அது ஒரு காட்டு நாயாகத்தான் இருக்க வேண்டும். ஏனென்றால் மனிதக் கலாச்சாரத்தில் வாழும் நாய்கள் சத்தம் மிகுந்தவை. அவற்றால் சத்தம் போடாமல் நடக்கக்கூடமுடியாது. மனித சகவாசம் கெடுதல் செய்யும்.

மனித சமூகத்தில், பூனைகளைத் தவிர, எல்லா மிருகங்களும் கவனக்குறைவானதாகவும் இரைச்சல் மிகுந்ததாகவும் ஆகிவிடு கின்றன. ஆனால் அந்த நாய் முழுவதும் காட்டு சுபாவம் கொண்டது. அது சத்தமில்லாமல் நடந்தது. சத்தமில்லாமல் மூச்சுவிட்டது. பிறகு அது அங்கே இருந்தது என்பது எனக்கு எப்படித் தெரியும்? கீழே இருந்து வந்து என் நாசியைத் துளைத்த அந்த வாடை தான் காரணம்.

'தூக்கமற்ற, மிகவும் அசவுகரியமான இரவுக்குப்பின்கோண்ட் என்னை விடுவித்தார். அவர் என்னை விடுவித்த இடத்தை என்னால் கண்டே பிடிக்க முடியவில்லை. ஆக, என்னுடைய இருப்பு நிலையை அறிய மரம் விட்டு மரம் தாவினேன். அது எனக்குள் திகிலை மட்டுமே செலுத்தியது. இப்போது விடிந்துவிட்டதால், மரங்கள் முழுக்கக் கண்களால் நிரம்பியிருந்தது. எனக்குப் புதிதான நீலக் கண்கள் குழல்களின் வழியே வெவ்வேறு திசைகளை நோட்டம் விட்டுக் கொண்டிருந்தன. அதற்குப் பின்னால் மனிதர்கள் இருந்தார்கள். அதில் ஒருவன் நான் உட்கார்ந்திருந்த இடத்திலிருந்து ஒரு அடி தூரத்திலிருந்த மர உச்சியிலிருந்து நோட்டமிட்டுக் கொண்டிருந்தான். உலோக நாய்கள், பஃப் பாப்ப்பா பக் என்று குரைத்துக் கொண்டிருந்ததால் நான் வந்தது அவனுக்குக் கேட்கவில்லை.

'ஆனால் நான் மேலே பறக்க, அவன் என்னைப் பார்த்துவிட்டான். அவசரப்படாமல் மற்ற மரங்களுக்குப்பின்ஒளிந்துகொண்டால் அவன் என்னைச் சுடுவான் என்று உணர்ந்தேன். அவன் பல முறை என்னைச் சுட்டான். ஆனால், நான் ஒரு துறவியின் சடா முடியைப் போன்ற அடர்த்தியான ஒரு புதருக்குப் பின்னே இருந்தேன். அபாயம் அகலும் வரை ஒவ்வொரு மரமாகத் தாவித் தாவிப் போக முடிவு செய்தேன். கொஞ்சமும் தாமதிக்காமல் அப்படியே அரை மைல் தூரம் போய்விட்டேன். கடைசியில் என் கால் மிகவும் களைப்படைந்துவிட, அபாயம் இருக்கிறதோ இல்லையோ பறக்க முடிவு செய்தேன்.

‘அதிர்ஷ்டவசமாக யாரும் நான் மேலே பறப்பதைப் பார்க்கவில்லை. காற்றில் பெரிய வட்டங்கள் போட்ட பிறகு நான் மேலே உயர்ந்தேன். கீழே இருந்த மரங்கள் சின்னஞ் சிறிய கன்றுகள் போலக் காட்சியளிக்கும் உயரத்திலிருந்து நான் வெவ்வேறு திசைகளில் நோட்டமிட்டேன். கிழக்கே தொலை தூரத்தில் விடிவானம் பின்னால் இருக்க, தங்கத் தேர்கள்போல, விமானக் கூட்டங்கள் பறந்தன. அதற்கு அர்த்தம், நான் இன்னும் கொஞ்சம் காத்திருந்தால், எதிரிகளிடம் மாட்டிக்கொள்வேன். அதனால் நான் மேற்கு நோக்கிப் பறந்தேன். அப்படிச் செய்தது, மர உச்சியிலிருந்த ஆயிரக்கணக்கான துப்பாக்கி வீரர்களுக்கு, என்னை நோக்கிச் சுடுவதற்குக் கொடுத்த சமிக்ஞை ஆகிவிட்டது.

‘அவர்களுடைய மரங்களுக்கு மேலே நான் வட்டமிட்டு உயர்ந்தபோது, ஜெர்மானியர்களுக்கு நான் அவர்களுடைய தூதுப் புறாவா இல்லையா என்பதில் தெளிவில்லை என்று நினைக்கிறேன். ஆனால், நான் மேற்கு நோக்கி நகர்வதைத் துப்பாக்கி வீரர்கள் பார்த்த நொடியில் நான் அவர்களுடைய தூதுவன் இல்லை என்பது தெளிவாகிவிட்டது. உடனே நான் காலில் என்ன கொண்டு போகிறேன் என்பதை அறிய என்னைக் கீழே வீழ்த்த என்னைச் சுட்டார்கள்.

‘தெளிவான குளிர்கால காற்றில் உறைந்துவிடாமல் என்னால் மேலே போக முடியாது. மேலும், அந்த எதிரி விமானங்கள் என்னை நெருங்குவதையும் நான் விரும்பவில்லை. மீண்டும் நான் மேற்குநோக்கி விரைந்தேன். மீண்டும் சாவின் அம்புகள்போலக் குண்டுகளால் ஆன சுவர் என் முன்னே விரிந்தது. ஆனால் எனக்கு வேறு வழியில்லை. ஒன்று என் பாதையில் முன்னேற வேண்டும், இல்லையென்றால் வந்து கொண்டிருக்கும் விமானங்களால் கொல்லப்பட வேண்டும். அந்த விமானங்கள், அதன் பயணிகள் எனக்குத் தெரியும் அளவுக்கு நெருக்கத்தில் வந்துவிட்டன. நான் மேற்கு நோக்கி விரைந்தேன். அதிர்ஷ்டவமாக, ஒரு மாதத்துக்கு முன்பு காயம்பட்ட என்னுடைய வால், இப்போது கிட்டத்தட்ட சாதரண அளவுக்கு மீண்டும் வளர்ந்துவிட்டது. அந்தத் துடுப்பு மட்டும் இல்லையென்றால் என்னுடைய வேலை இன்னும் இரு மடங்கு கடினமாகியிருக்கும்.

எங்கள் எல்கையை நோக்கி நான் நகர்ந்து கொண்டிருக்க, துப்பாக்கிச் சூடு அதிகரித்தது. அனைத்துத் துப்பாக்கி வீரர்களும், தொலைவில் இருக்கும் பதுங்கு குழியிலிருந்த மனிதர்களும் என்னை நோக்கிச் சுடுகிறார்கள் என்பதில் இப்போது சந்தேகமே

இல்லை. ஆனால் நான் வளைந்து நெளிந்து, வட்டமிட்டு, குட்டிக் கரணம் போட்டு எனக்குத் தெரிந்த எல்லா வித்தைகளையும் தந்திரங்களையும் பயன்படுத்தி அதிகரித்துக் கொண்டே வரும் குண்டு மழையிலிருந்து தப்பிக்க முயற்சி செய்தேன். ஆனால், இந்த வளைதலும் நெளிதலும் என்னுடைய நேரத்தை விரயம் செய்தன. அந்த விமானங்களில் ஒன்று என்னைத் தாக்கக்கூடிய தூரத்துக்கு வந்துவிட்டது. நான் முன்னால் நகர, மேலிருந்தும் பின்னாலிருந்தும் குண்டுகளைப் பொழிந்தது. முன்னால் செல்வதைத் தவிர வேறு வழியே இல்லை.

ஆக, நான் முன்னால் விரைந்தேன். வேகமான புயலைப் போன்ற வேகத்தில் நான் பறந்தேன். பிறகு, டப்டப்டப் சத்தம், நான் தாக்கப்பட்டேன். அடிவயிற்றுக்குக் கீழே என் கால் உடைந்து விட்டது. அதில் கட்டப்பட்ட செய்தியோடு எனக்கு கீழே, என்னுடைய கால், பருந்தின் ஒற்றை நகத்தில் தொங்கும் ஒரு குருவி போலத் தொங்கியது. ஓ! என்னவொரு வலி. ஆனால், அதைப்பற்றி நினைக்கக்கூடஎனக்கு நேரமில்லை. அந்த விமானம் இன்னும் என்னைத் துரத்தி வர, நான் முன்னைவிட வேகமாகப் பறந்தேன்.

‘கடைசியில் எங்கள் எல்லை கண்ணுக்குத் தெரிந்தது. நான் தாழ்வாகப் பறந்தேன். அந்த இயந்திரமும் தாழ இறங்கியது. நான் குட்டிக்கரணம் போட முயற்சித்தேன். ஆனால் முடியவில்லை. என்னுடைய கால், எனக்குத் தெரிந்த வித்தைகளைக் காட்ட ஒத்துழைக்கவில்லை. பிறகு, பா பா பட் பாட்டட், என் வால் சுடப்பட்டது. இறகுகள் கீழே பொழிந்து, கீழிருந்த பதுங்கு குழிகளில் இருந்த ஜெர்மானியர்களின் பார்வையை ஒருநிமிடம் மறைத்தன. ஆக, நான் விரைவாக சாய்வாக எங்கள் எல்கை நோக்கிப் பறந்து, ஒரு வட்டம் போட்டு அதைக் கடந்துவிட்டேன். பிறகு ஒரு பயங்கரமான காட்சியைக் கண்டேன்.

அந்த விமானம் எங்கள் ஆட்களால் சுடப்பட்டுவிட்டது. அது ஆடி ஆடி, கட்டுப்பாடில்லாமல் அல்லாடி கீழே விழுந்தது. ஆனால் அது எரிந்து விழுவதற்கு முன் மோசமான அடியைக் கொடுத்தது. என்னுடைய வலது இறக்கையைச் சுட்டு அதை ஒடித்துவிட்டது. காற்றில் அது தீப் பிடித்து எரிந்து விழுவதைக் கண்டு நான் நிம்மதியடைந்தேன். இருந்தும் என்னுடைய வலி, ஒரு இருபது பருந்துகள் என்னைத் துண்டம் துண்டமாகப் பிய்த்து எறிவதைப் போல உயர்ந்தது. என் இனக் கடவுளர்களின் கிருபையால், வலியோ சந்தோஷமோ, நான் என் சுய நினைவை இழந்தேன். ஒரு மலையே என்னைக் கீழிருந்து இழுப்பதைப்போல உணர்ந்தேன்.

‘ஒரு மாதம் என்னைப் புறாக்களுக்கான மருத்துவமனையில் வைத்திருந்தார்கள். என்னுடைய இறக்கை சரி செய்யப்பட்டு விட்டது. என்னுடைய கால் அதனுடைய இடத்தில் வைத்துத் தைக்கப்பட்டுவிட்டது. இருந்தாலும் அவர்களால் என்னை மீண்டும் பறக்க வைக்க முடியவில்லை. ஒவ்வொரு முறை நான் காற்றில் குதிக்கும் போதும், எப்படி என்று தெரியவில்லை, என் காது முழுக்கத் துப்பாக்கிகளின் சத்தம் நிறைந்தது. என் கண்கள் எரியும் குண்டுகளைத் தவிர வேறொன்றையும் காணவில்லை. உடனே தரையில் விழுந்துவிடுவேன் என்று நான் பயந்தேன். நான் கேட்கும் சத்தங்களும் நான் காணும் குண்டுகளும் கற்பனை யானவை என்று நீங்கள் சொல்லக்கூடும். இருக்கலாம். ஆனால், அவை என்னிடம் நிஜ குண்டுகளைப்போலவே தாக்கத்தை ஏற்படுத்தின. என் இறக்கைகள் முடங்கிப் போயின. என் உடம்பு திகிலில் உறைந்து போனது.

‘இதெல்லாம் ஒரு புறம் இருக்க, கோண்ட் இல்லாமல் என்னால் பறக்க முடியாது. பழுப்பு நிறத் தோல் இல்லாத நீல நிறக் கண்கள் கொண்ட ஒரு மனிதனின் கைகளிலிருந்து நான் ஏன் பறக்க வேண்டும்? இதைப்போல மனிதர்களை எனக்கு இதற்கு முன்பு தெரியாதே. புறாக்களான நாங்கள், எந்தவொரு வெளி ஆளையும் எல்லா வெளி ஆட்களையும் ஏற்றுக்கொள்ள மாட்டோம். கடைசியில், அவர்கள் என்னை ஒரு கூண்டில் வைத்து கோண்ட் இருக்கும் மருத்துவமனைக்குக் கொண்டுவந்து, அவருக்குப் பக்கத்தில் வைத்துவிட்டார்கள். நான் அவரைப் பார்த்தபோது, என்னால் அவரை அடையாளம் காண முடியவில்லை. அவர் கண்கள் பயத்தால் பீடிக்கப்பட்டிருந்தன. இந்த முறை, அவரும் பயந்துவிட்டார். எல்லாப் பறவைகளைப்போலவும் விலங்குகளைப் போலவும் பயம் எப்படியிருக்கும் என்பதை நான் அறிவேன். எனவே, கோண்டுக்காக நான் வருந்தினேன்.

‘ஆனால் என்னைப் பார்த்தவுடன், அந்தக் கண்களில் இருந்த திகில் திரை விலகி, அவை மகிழ்ச்சியில் ஒளிர்ந்தன. அவர் கட்டிலில் எழுந்து உட்கார்ந்து, என்னைக் கையில் எடுத்துக் கொண்டார். அவர் அனுப்பிய செய்தி கட்டப்பட்டிருந்த காலை முத்தமிட்டார். பிறகு என் வலது இறக்கையைத் தட்டிக் கொடுத்து, ‘தெய்வீக இறகுகளைக் கொண்ட பறவையான நீ, மிகவும் கஷ்டமான சமயத்தில் கூட, எஜமானருக்கு தேவையான செய்தியைக் கொண்டு சென்று, அனைத்துப் புறாக்களுக்கும் ஒட்டு மொத்த இந்திய ராணுவத்துக்கும் புகழைப் பெற்றுத் தந்திருக்கிறாய்’ என்றார்.

மீண்டும் என் காலை முத்தமிட்டார். அவருடைய அடக்கம் என்னைத் தொட்டது. என்னையும் பணிவுபடுத்தியது. அந்த விமானம் என்னைச் சுட்டு என் இறக்கையின் ஒரு பகுதியைக் காயப்படுத்திய பின்னர், நான் இந்தியப் படையின் பதுங்கு குழியில் விழுந்ததை நினைத்துப் பார்த்தேன். நான் கொண்ட பெருமை யெல்லாம் ஓடிப் போய்விட்டது. ஒருவேளை நான் ஜெர்மானியர் களின் பதுங்கு குழியில் விழுந்திருந்தால், அவர்கள் என் காலில் இருந்த செய்தியைக் கைப்பற்றி, அந்த நாயுடன் கோண்ட் பதுங்கியிருந்த காட்டைச் சுற்றிவளைத்திருக்கக் கூடும். அவர்கள் என்ன செய்திருப்பார்கள் என்பதை நினைத்துப் பார்க்கவே உதறியது. அய்யோ! எங்களுடைய உண்மையான நண்பனும் மீட்பருமான அந்த நாய், இப்போது அது எங்கே?'

16

வெறுப்பும் பயமும்

இப்போது கோண்ட் கதை சொல்லத் துவங்கினார். ‘அந்த நாய் தன்னுடைய பிரெஞ்சு எஜமானனை போரின் துவக்கத்திலேயே இழந்திருக்கக்கூடும். ஜெர்மானியர்கள் அவரைச் சுட்டுக் கொன்றிருக்கலாம். தன் எஜமானருடைய வீடு சூறையாடப்பட்டு அவருடைய கொட்டகை தீயிடப்பட்டதைக் கண்ட அந்த நாய், பயத்தில் காட்டுக்குள் ஓடி வந்திருக்கவேண்டும். அங்கே ஒரு குடிசையைப் போன்ற இடம் கொண்ட, கல்லறையைப்போல இருட்டான அடர்த்தியான முட்புதருக்கு அடியில் மனிதர்களின் பார்வைக்குச் சிக்காமல் ஒளிந்து கொண்டது. அந்த நாய் இரவில் மட்டுமே உணவைத் தேடி வெளியில் வந்திருக்க வேண்டும். இயல்பிலேயே அதுவொரு வேட்டை நாய் என்பதால், நாட்கள் செல்லச் செல்ல இரவுகள் கடக்க அது தன்னுடைய மிருகப் பண்புகளைத் திரும்பப் பெற்றது.

‘என்னை எதிர் கொண்டபோது, நான் அதைக் கண்டு பயப்படாததை அறிந்து அது ஆச்சரியப்பட்டது. பயத்தின் வாடையை நான் வெளிப்படுத்தவில்லை. அதை பயமுறுத்தித் தாக்கச் செய்யும் அளவுக்கு பயத்தை வெளிப்படுத்தாத ஒரு மனிதனை அது பல மாதங்கள் கழித்துச் சந்திக்கிறது.

‘அதனைப்போலவே நானும் பசியில் இருப்பதாக அது நினைத்துக் கொண்டது. அதனால் ஒரு ஜெர்மானிய உணவுக் கிடங்குக்கு

என்னை இட்டுச் சென்றது. மேலும் ஒரு ரகசியப் பாதை வெளியே சென்று ஒரு பெரிய உணவுக் கிடங்கை அடைந்து எனக்காகக் கொஞ்சம் இறைச்சியைக் கொண்டு வந்தது. அங்கே உணவு மட்டுமல்ல, வரிசையாகப் பல ரகசியக் கிடங்குகளில் எண்ணெயும் வெடிபொருட்களையும் ஜெர்மானியர்கள் வைத்திருக்கிறார்கள் என்ற முடிவுக்கு வந்தேன். அதற்கேற்றபடி வேலை செய்தேன். கடவுளின் கிருபையால் என்னுடைய கணிப்பு சரியாக இருந்தது. அதை விட்டுவிட்டு இப்போது வேறு விஷயம் பேசுவோம்.

'உண்மையைச் சொல்வதென்றால் எனக்குப் போரைப்பற்றிப் பேசவே விருப்பமில்லை. சூரிய அஸ்தமனம் ஹிமாலய சிகரங்களை ஒளியூட்டுவதைப் பாருங்கள். எவரஸ்ட் ஒரு தங்க உலையைப் போலக் கொதிக்கிறது. வாருங்கள் பிரார்த்தனை செய்வோம்,

'பொய்மையிலிருந்து மெய்மை நோக்கி என்னை
வழிநடத்துங்கள்
இருளிலிருந்து வெளிச்சம் நோக்கி வழிநடத்துங்கள்
மரணத்திலிருந்து அழியா நிலை நோக்கி வழிநடத்துங்கள்'

தியானம் முடிந்த பிறகு, கோண்ட் எங்கள் வீட்டிலிருந்து அமைதியாக நடந்து, கல்கத்தாவிலிருந்து சிங்காலியாவின் மடாலயத்தை நோக்கிப் பயணம் புறப்பட்டார். அங்கே அவர் செய்த சாகசத்தைச் சொல்வதற்கு முன், ஃபிரான்ஸின் போர்க்களங்களிலிருந்து அவர் எப்படி எங்கள் வீட்டுக்குக் கொண்டு வரப்பட்டார் என்பதையும் சொல்லிவிட வேண்டும்.

1915ம் வருடம் பிப்ரவரி மாதக் கடைசியில், வண்ணக்கழுத்துப் புறாவினால் இனிமேல் பறக்க முடியாது என்பது பெங்கால் ரெஜிமெண்டுக்கு தெளிவாகியது. வண்ணக்கழுத்துப் புறாவை அழைத்து வந்த கோண்ட் ஒரு போர்வீரன் இல்லை. ஒரு புலியையோ ஒரு சிறுத்தையையோ தவிர அவர் தன் வாழ்வில் வேறெதையும் கொன்றதில்லை. இப்போது அவரும் நோய்வாய்ப் பட்டிருப்பதால், அவர்கள் இருவரும் பிரயோஜனமில்லை என்று இந்தியாவுக்குத் திருப்பி அனுப்பப்பட்டார்கள். அவர்கள் மார்ச் மாதம் கல்கத்தாவை அடைந்தார்கள். அவர்களைப் பார்த்தபோது என் கண்களையே என்னால் நம்ப முடியவில்லை. வண்ணக் கழுத்துப் புறாவைப்போலவே கோண்டும் பயந்து போயிருந்தார். இரண்டு பேரும் மிகவும் நோய்வாய்ப்பட்டிருந்தார்கள்.

என்னிடம் என் புறாவை ஒப்படைத்த பின், சில விஷயங்களை விளக்கிவிட்டு கோண்ட் இமாலயத்துக்குச் சென்றார்.

‘பயத்திலிருந்தும் வெறுப்பிலிருந்தும் என்னைக் குணப்படுத்திக் கொள்ள வேண்டும். மனிதர்கள் ஒருவரை ஒருவர் கொன்று கொள்வதை அளவுக்கு அதிகமாக நான் பார்த்துவிட்டேன். நான் பயமென்னும் நோயில் விழுந்து, வீட்டில் இருப்பதற்கு லாயக்கற்ற வனாகிவிட்டேன். நான் தனியே சென்று இயற்கையோடு இயைந்து என்னுடைய நோயைப் போக்கிக்கொள்ள வேண்டும்.’

இப்படிச் சொல்லிவிட்டு, அவர் சிங்காலியாவில் உள்ள மடாலயத்துக்கு தியானத்தாலும் பிரார்த்தனையாலும் தன்னைக் குணப்படுத்திக்கொள்ளச் சென்றுவிட்டார். அதே சமயத்தில் என்னால் முடிந்த அளவுக்கு வண்ணக்கழுத்தைக் குணப்படுத்த முயற்சி செய்தேன். அவனுடைய மனைவியாலும் நன்கு வளர்ந்த பிள்ளைகளாலும்கூடஅவனைக் குணப்படுத்த முடியவில்லை. அவன் தன் பிள்ளைகளிடம் எந்த அக்கறையும் காண்பிக்கவில்லை. அவர்கள் அவனை வேற்று ஆள்போலவே பார்த்தார்கள். அவனுடைய பெடை அவனிடம் ஆர்வம் காட்டியது. ஆனால், அதனாலும் அவனைப் பறக்க வைக்க முடியவில்லை. பையக் குதிப்பதைத் தவிர அவன் வேறு எதையும் செய்ய மறுத்தான். என்ன செய்தும் அவனைக் காற்றில் இறங்க வைக்க முடியவில்லை. நல்ல புறா வைத்தியர்களைக் கொண்டு அவனுடைய கால்களையும் இறக்கைகளையும் சோதித்தேன். அவர்கள் அவனுக்கு ஒரு குறையும் இல்லை என்று சொல்லிவிட்டார்கள். அவனுடைய எலும்புகளும் இறக்கைகளும் நன்றாக இருந்த போதும் அவன் பறக்க அடம்பிடிக்கிறான். தன் வலது இறக்கையைத் திறக்க மறுக்கிறான். ஓடாத போதும் குதிக்காத போதும் ஒற்றைக் காலில் நிற்கும் புதிய பழக்கம் வேறு.

அவனும் அவனுடைய பெடையும் கூடு கட்டத் துவங்காம லிருந்தால் நான் இதைப் பொருட்படுத்தியிருக்க மாட்டேன். ஏப்ரல் மாத மத்தியில், கோடைக்கால ஓய்வு நாட்கள் தொடங்கியபோது கோண்டிடமிருந்து ஒரு கடிதம் வந்தது. ‘உன்னுடைய வண்ணக் கழுத்துப் புறா, இப்போது தன் பெடையோடு கூடக் கூடாது. முட்டைகள் ஏதேனும் இருந்தால், அவற்றை அழித்து விடு. எந்தச் சூழ்நிலையிலும் அவற்றைக் குஞ்சு பொறிக்கவைத்துவிடாதே. வண்ணக்கழுத்துப் புறாவைப்போலப் பறக்கவே பயப்படும் ஒரு தந்தையால் மோசமான பயம் கொண்ட குஞ்சுகளையே உருவாக்க முடியும். அவனை இங்கே கொண்டு வா. நான் இப்போது கொஞ்சம் நன்றாக உணர்கிறேன். சீக்கிரம் வண்ணக்கழுத்துப் புறாவைக் கொண்டு வா. இங்குள்ள லாமா உன்னையும்

அவனையும் காண விரும்புகிறார். மேலும், அந்த ஐந்து உழவாரக் குருவிகளும் தெற்கிலிருந்து இந்த வாரம் இங்கே வந்துவிட்டன. உன்னுடைய பறவையைப் பயத்திலிருந்து திசை திருப்ப அவை கண்டிப்பாக உதவும்' என்று எழுதியிருந்தார்.

நான் கோண்டின் அறிவுரையை ஏற்று, வண்ணக்கழுத்துப் புறாவை ஒரு கூண்டிலும் அவன் பெடையை மற்றொரு கூண்டிலும் போட்டுக் கொண்டு வடக்கு நோக்கிப் பயணித்தேன்.

முந்தைய இலையுதிர்காலத்தை விட இந்த வசந்தகாலத்தில் மலைகள் எத்தனை வித்தியாசமாக இருக்கின்றன! திடீர்த் தேவையை முன்னிட்டு என் பெற்றோர்கள் டெண்டாமில் உள்ள அவர்களுடைய வீட்டை வழக்கத்துக்கு மாறாகப் பல மாதங்கள் முன்பாகவே திறந்திருந்தனர். அங்கே எல்லாம் சீரான பிறகு, ஏப்ரல் மாதக் கடைசியில் வண்ணக்கழுத்துப் புறாவை எடுத்துக் கொண்டு குதிரைகளில் பயணித்த ஒரு திபெத்திய நாடோடிக் கூட்டத்தின் துணையோடு சிங்காலிலா நோக்கிப் புறப்பட்டேன். அவனுடைய பெடையை வீட்டிலேயே விட்டுவிட்டேன். ஒருவேளை அவனால் மீண்டும் பறக்க முடிந்தால் பெடையைத் தேடி வருவானே என்பதற்காக. அவனைக் குணமாக்கச் சரியான யுக்தி, அந்தப் பெடையை ஒரு ஈர்ப்பு சக்தியாகப் பயன்படுத்துவது. அவன், புதிதாக இடப்பட்ட முட்டைகளை அடைகாத்துப் பொறிக்கத் தனது துணைக்கு உதவிகரமாக இருக்கத் திரும்புவான் என்று கோண்ட் நினைத்தார். ஆனால், நாங்கள் கிளம்பிய மறுநாளே என் பெற்றோர் அந்த முட்டைகளை அழித்துவிட்டனர். வண்ணக் கழுத்துப் புறாவின் பெயருக்குப் பங்கம் செய்யும் விதமாகச் சீக்கான, குறைபாடுடைய குஞ்சுகள் உருவாவதை நாங்கள் விரும்பவில்லை.

என் பறவையை என் தோளிலே தூக்கிச் சென்றேன். அவன் நாள் முழுக்க அங்குதான் உட்கார்ந்து கொண்டுவந்தான். இரவில் அவனைப் பாதுகாப்பாக அவனுடைய கூண்டில் அடைத்து வைத்தோம். அது அவனுக்கு நன்மை செய்தது. பன்னிரெண்டு மணிநேர மலைக்காற்றும் அதன் வெளிச்சமும் அவனை உடலில் முன்னேற்றத்தை ஏற்படுத்தியிருந்தது. ஆனாலும், அவன் என் தோளிலிருந்து தன் பெடையைத் தேடி, அவள் முட்டையைப் பொறிக்க உதவி செய்ய, பறந்து செல்ல ஒருமுறைகூடமுயற்சி செய்யவில்லை.

வசந்தகால இமாலயம் தனித்துவம் வாய்ந்தது. பூமி முழுக்க வெள்ளை வயலட் மலர்களால் ஒளிர்ந்தது. சூடான ஈரப்பதம்

நிரம்பிய பள்ளத்தாக்குகளில் இருந்த ஃபெர்ன்கள் (ferns), கருநீல வானத்தில் இருக்கும் விலைமதிப்பற்ற கல்லைப்போல இருந்த வெள்ளை மலைகளை, தங்கள் பெரிய கரங்களைக் கொண்டு எட்டிப் பிடிக்க முயற்சி செய்வதுபோலப் படர்ந்து கொண்டிருந்தன, இடையிடையே அதற்குள் பழுக்கத் தொடங்கியிருந்த ராஸ்பெர்ரி பழ மரங்கள். சில சமயங்களில், வளர்ச்சி தடைப்பட்டிருந்த ஓக், மிகப்பெரிய இலம், தேவதாரு மற்றும் கஷ்கொட்டை மரங்கள் இருந்த அடர்ந்த காடுகளைக் கடந்து சென்றோம். சூரிய ஒளியை முழுவதும் மறைக்கும்படியான எண்ணிக்கையில் அவை வளர்ந்திருந்தன. மரங்களோடு மரமும், கொம்புகளோடு கொம்பும், வேர்களோடு போராடும் வேர்களும், வெளிச்சத்துக்காகவும் உயிருக்காகவும் போராடின. அவற்றுக்கு கீழே இந்த மரங்களினால் உண்டான இருட்டில், தம் பங்குக்குப் புலிகளாலும், சிறுத்தை களாலும் கருஞ்சிறுத்தைகளாலும் வேட்டையாடப்படுவதற் காகவே, நிறைய மான்கள் செழித்து வளர்ந்திருந்த புற்களையும் செடிகளையும் மேய்ந்து கொண்டிருந்தன. எங்கெங்கு உயிர் செழிப்பாக வளர்ந்திருந்ததோ, அங்கெல்லாம் பறவைகள், விலங்குகள் மற்றும் செடிகளுக்கு இடையில் இருத்தலுக்கான போராட்டம் இன்னும் உக்கிரமாக இருந்தது. இத்தகைய தன்முரண் வாழ்வின் இயல்புகளுள் ஒன்று. பூச்சிகளுக்குகூட இதிலிருந்து விடுதலை கிடையாது.

நாங்கள், காட்டின் இருளிலிருந்து வெளிவந்து வெட்ட வெளியை நோக்கியபோது, சூடான வெப்பமண்டல சூரிய ஒளி, திடீரென்று தன்னுடைய வைர நெருப்பு முனைகளால் எங்கள் கண்களைப் பறித்தது. தட்டான்களின் பொன்னிற அசைவு காற்றுவெளியை நிரப்பியது. வண்ணத்துப்பூச்சிகள், குருவிகள், ராபின்கள், ஜேக்கள் மற்றும் மயில்கள் சப்தங்கள் எழுப்பி, மரத்திலிருந்து மரத்துக்கும், சிகரங்களிலிருந்து உயர்ந்த சிகரங்களுக்கும் தாவிக் காதல் செய்தன.

ஒருபக்கம் தேயிலைத் தோட்டங்களும் வலது பக்கம் பைன் காடுகளும் கொண்ட திறந்த வெளியில், கத்தி முனைகளைப் போன்று நேரான சரிவுகளில் நாங்கள் கஷ்டப்பட்டுத் தடுமாறி முன்னேறினோம். அங்கே காற்று அடர்த்தியை இழந்திருந்ததால், சுவாசிப்பது சிரமமாக இருந்தது. சப்தங்களும் எதிரொலிகளும் வெகு தூரம் பயணித்தன. கிசுகிசுப்புகள் கூடச் சில மையில் தூரம் தாண்டியும் கேட்கப்படுவதிலிருந்து தப்ப முடியவில்லை. மனிதர்களும் விலங்குகளும் ஒருசேர அமைதியானார்கள். கால் குளம்புகளின் தடதடக்கும் சப்தங்களைத் தவிர குதிரைகளும்

மனிதர்களும், எங்கள் மீது கவிந்திருக்கும் தனிமைக்கும் அமைதிக்கும் களங்கம் ஏற்படாதவாறே முன்னேறினோம்.

கருநீல வெட்டவெளிவானம் மேகங்கள் அற்றுத் தூய்மையாகவும், வடக்கே ஒரு பெருமூச்செரிந்தாற்போல் செல்லும் நாரைக் கூட்டங் களையும், சரிவுகளில் ஒரு அடிநாதமாய் விரைந்து இறங்கும் கழுகுகளையும் தவிர எந்தச் சலனமும் அற்று இருந்தது. எல்லாமுமே குளிர்ந்து, கூர்மையாகவும் விரைவாகவும் நடந்தன. ஒரே இரவில் ஆர்கிட்கள் வெடித்து, தங்களுடைய ஊதா நிறக் கண்களை எங்களை நோக்கித் திறந்திருந்தன. சாமந்திப் பூக்கள் காலைப் பனியினால் நிறைந்திருந்தன. கீழே இருந்த ஏரிகளில் நீலத்தாமரையும் வெள்ளைத் தாமரையும் தேனிக்களுக்காகத் தங்கள் இதழ்களை விரித்தன.

இப்போது நாங்கள் சிங்காலிலாவுக்கு அருகே வந்திருந்தோம். மலை உச்சியிலிருந்து மடாலயம் தன் தலையை உயர்த்தி எங்களை அழைத்தது. இறக்கை வடிவிலமைந்த அதன் கூரையும் பழமை யான சுவர்களும் தொடுவானத்தில் ஒரு பதாகையைப்போல மிதந்தன. நான் விரைந்து நடக்க அறிவுறுத்தப்பட்டேன். அடுத்த ஒரு மணிநேரத்தில் மடாலயத்தின் செங்குத்தான பாதையில் நான் ஏறிக் கொண்டிருந்தேன்.

நமது அன்றாட வாழ்வின் போராட்டங்களில் இருந்து உயர்ந்து மேலே வாழும் மனிதர்களுக்கு இடையே இருப்பதுதான் என்ன வொரு நிம்மதி! அது மதியப் பொழுது. நான் கோண்டுடன் பால்சம் காட்டின் வழியே கீழே இறங்கி ஒரு நீரூற்றுக்குச் சென்றேன். அங்கே நாங்கள் குளித்ததுடன் வண்ணக்கழுத்துப் புறாவையும் சுத்தமாகக் கழுவினோம். வண்ணக்கழுத்துப் புறா தன்னுடைய கூண்டில் மதிய உணவை உண்டு முடித்த பின்னர், நானும் கோண்டும் சாப்பாட்டு அறைக்குச் சென்றோம். அங்கே லாமாக்கள் எங்களுக்காகக் காத்துக் கொண்டிருந்தார்கள். அந்த அறை கருங்காலி மரத் தூண் மண்டபம்போல இருந்தது. தூண்களின் உச்சி தங்கத்தினால் ஆன டிராகன்களால் அலங்கரிக்கப்பட்டிருந்தது.

பல நூற்றாண்டுகளாகக் கருத்து வளர்ந்திருந்த தேக்கு உத்திரங்களில் பெரிய தாமரை வடிவங்கள் செதுக்கப்பட்டிருந்தன. அவை மல்லிகையைப்போல மென்மையாகவும் உலோகத்தைப்போல உறுதியாகவும் இருந்தன. தரையில் செம்பாறைகளில், காவி நிற உடையணிந்த துறவிகள் தியானத்தில் ஆழ்ந்திருந்தனர். உணவுக்கு நன்றி கூறும் பிரார்த்தனை அது. அனைவரும் ஒன்றாக, ஸ்லோகம்

ஒன்றைச் சொல்லித் தங்கள் பிரார்த்தனையை முடிக்கும் வரை நானும் கோண்டும் சாப்பாட்டு அறையின் வாயிலில் நின்று கொண்டிருந்தோம்.

‘புத்தம் மே சரணம்
தர்மம் மே சரணம்
ஓம் மணி மதமே ஓம்’

புத்தம் என்னும் அறிவே எங்கள் அடைக்கலம்
அறமே எங்கள் அடைக்கலம்
வாழ்வு என்னும் தாமரையில் ஒளிரும்
உண்மை மணிவிளக்கே எங்கள் அடைக்கலம்

இப்போது நான் முன்னே சென்று, அந்த மடத்தின் தலைமை லாமாவை வணங்கினேன். அவர் என்னை ஆசீர்வதிக்க, அவருடைய இறுக்கமான முகம் புன்னகையால் மலர்ந்தது. மற்ற லாமாக்களையும் வணங்கியபின்நானும் கோண்டும், சின்னச் சின்ன மர இருக்கைகளை வரிசையாக அடுக்கி எங்களுக்காக உருவாக்கப் பட்ட மேஜைக்கு முன் அமர்ந்தோம். தரையில் சம்மணமிட்டு நாங்கள் உட்கார, அந்த மேஜை எங்கள் மார்பு உயரம் வரை வந்தது. வெப்பம் மிகுந்த நாளில் பயணம் செய்துவிட்டு, குளிர்ந்த தரையில் உட்கார்வது இதமாக இருந்தது. பருப்பினால் செய்யப்பட்ட கஞ்சி, பொரித்த உருளைக்கிழங்கு மற்றும் கத்திரிக்காய் கறி தான் எங்கள் சாப்பாடு. நானும் கோண்டும் சைவர்கள் ஆதலால், அங்கு பரிமாறப் பட்ட முட்டைகளை நாங்கள் சாப்பிடவில்லை. உண்டு முடித்தபின் சுடச்சுட க்ரீன் டீ பருகினோம்.

மதிய உணவுக்குப் பின், மதியத் தூக்கத்துக்குப் புறப்பட்ட தலைமை லாமா என்னையும் கோண்டையும் அழைத்தார். அவருடன் மலையின் உச்சி சிகரத்துக்கு ஏறினோம். அது ஒரு கழுகின் பொந்து போல இருந்தது. அதற்கு மேலே நெருக்கமாக தேவதாரு மரங்கள் வளர்ந்திருந்தன. அங்கே, மரச்சாமான்கள் எதுவும் இல்லாத வசதிகளற்ற வெற்று அறை ஒன்றைப் பார்த்தோம். அதற்கு முன் அப்படி ஒன்றை நான் பார்த்திருக்கவில்லை. அங்கே நாங்கள் உட்கார்ந்த பிறகு அந்தத் துறவி, ‘இந்த மடாலயத்தில் ஒவ்வொரு நாளும் இரண்டு முறை, இந்தப் பூமியின் தேசங்களைக் குணப்படுத்துவதற்காக நாங்கள் எல்லையற்ற கருணையிடம் பிரார்த்திக்கிறோம். இருந்தும் யுத்தம் தொடர்ந்துகொண்டுதான் இருக்கிறது. பறவைகளையும் விலங்குகளையும் கூட, வெறுப்பும்

பயமும் தொற்றிக்கொள்கிறது. உணர்வுகளால் உண்டாகும் நோய்கள், உடல் நோய்களைவிட வேகமாகப் பரவுகின்றன. மனிதகுலம் பயத்தினாலும், வெறுப்பினாலும் சந்தேகத்தினாலும் வன்மத்தினாலும் நிரம்பப் போகிறது. இவற்றிலிருந்து மொத்த மாக மனிதர்களை விடுவிக்க வேண்டுமானால், ஒரு தலைமுறையையே நாம் கடக்க வேண்டியிருக்கும்' என்றார்.

இதுவரை சுருக்கங்களற்று இருந்த லாமாவின் நெற்றியை எல்லையற்ற சோகம் கவலை ரேகைகளால் நிறைத்தது. பயங்கரக் களைப்பினால் அவருடைய இதழோரங்கள் தாழ்ந்தன. யுத்தங் களுக்கு மேலே அவற்றைத் தாண்டி, அவருடைய கழுகுக் குகையில் அவர் வாழ்ந்த போதும்கூட இந்த உலகத்தைப் போரில் ஆழ்த்தியவர்களைவிட அவர் மனிதர்களின் பாவச் சுமையை நன்கு உணர்ந்திருந்தார்.

ஆனால், அவர் மறுபடியும் புன்னகைத்தார். 'நம்முடன் இருக்கும் வண்ணக்கழுத்துப் புறாவையும் கோண்டையும்பற்றிப் பேசுவோம். உன்னுடைய புறா மீண்டும் வானத்தின் அமைதியில் பறக்க வேண்டும் என்றால், கோண்ட் இத்தனை நாட்கள் தனக்காகச் செய்து கொள்வதுபோல, நீ எல்லையில்லா துணிவைத் தியானிக்க வேண்டும்.'

'எப்படிப் பிரபுவே?' என்று ஆர்வமாகக் கேட்டேன். அந்தத் தலைமை லாமாவின் மஞ்சள் முகம், சிவந்தது. என்னுடைய நேரடிக் கேள்வியால் அவரை சங்கடப்படுத்திவிட்டேன் என்பதில் சந்தேகமே இல்லை. அதற்காக நான் வெட்கினேன். நேரடித் தன்மை அவசரத்தைப்போலே மிகவும் இழிவானது.

என்னுடைய எண்ணங்களை உணர்ந்தவரைப்போல, என்னை மீண்டும் இயல்பு நிலைக்குக் கொண்டு வரும்வகையில் லாமா சொன்னார், 'ஒவ்வொரு சூரிய உதயத்தின் போதும் அஸ்தமனத்தின் போதும், வண்ணக்கழுத்துப் புறாவை உன் தோளில் அமர்த்திக் கொண்டு, உனக்குள்ளே இதைச் சொல்: 'எல்லையில்லா துணிவு எல்லா உயிர்களிடத்திலும் இருக்கிறது. இவ்வுலகில் உயிர் பிழைத்து சுவாசிக்கும் ஒவ்வொரு உயிரும் எல்லையற்ற துணிவின் நீர்நிலை. நான் யாரைத் தொடுகிறேனோ அவர்களிடத்தில் எல்லையற்ற துணிவைக் கடத்தும் அளவுக்குப் பரிசுத்தம் அடைவேனாக'. இதைத் தொடர்ந்து செய்து வந்தால், ஒருநாள், உன்னுடைய இருதயம், மனம் மற்றும் ஆன்மா மொத்தமாகப் பரிசுத்தமாகி

விடும். அந்த நொடியில், பயமில்லாத, வெறுப்பில்லாத, சந்தேகம் இல்லாத, உனது ஆன்மாவின் சக்தி, வண்ணக்கழுத்துப் புறாவுக்குள் ஊடுருவி அவனுக்கு விடுதலை அளிக்கும். எவன் ஒருவன் மிகப் பெரிய அளவில் தன்னைச் சுத்தப்படுத்திக்கொள்கிறானோ, அவனால் இந்த உலகத்துக்குள் மிகப்பெரிய ஆன்மசக்தியைச் செலுத்த முடியும். நான் சொல்வதை நாளுக்கு இரண்டு முறை செய். எங்கள் லாமாக்கள் அனைவரும் உனக்கு உதவி செய்வார்கள். என்ன நடக்கிறது என்று பார்ப்போம்.'

ஒரு நொடி மௌனத்துக்குப்பின்லாமா தொடர்ந்தார், 'வேறு யாரையும்விட மிருகங்களைப்பற்றி நன்கு அறிந்தவரான கோண்ட் உனக்குச் சொல்லியிருப்பார், நம்முடைய பயம் மற்றவர்களைப் பயமுறுத்தி, நம்மைத் தாக்கச் செய்கிறது. உன்னுடைய புறா ரொம்பவே பயந்து போய் இருக்கிறான். மொத்த வானமும் தன்னைத் தாக்கப் போகிறது என்று நினைத்துக் கொண்டிருக் கிறான். ஒரு இலைகூடஅவனைப் பயமுறுத்தாமல் கீழே விழுவதில்லை. அவன் உள்ளத்தைக் கலங்கடிக்காமல் ஒரு நிழல்கூடவிழுவதில்லை. இருந்தாலும் அவனுடைய வேதனைக்கு அவனே காரணம்.

'நாம் பேசிக் கொண்டிருக்கும் இதே நேரத்தில், இங்கிருந்து கீழே வடமேற்கில் இருக்கும் கிராமம், வண்ணக்கழுத்துப் புறா சந்திக்கும் அதே பிரச்னையால் துன்பப்பட்டுக் கொண்டிருக்கிறது. இது மிருகங்கள் வடக்கே வரும் காலம். மிரட்சியில் இருக்கும் கிராமவாசிகள், காட்டு மிருகங்களைக் கொல்வதற்காகப் பழைய துப்பாக்கிகளோடு சுற்றித் திரிகிறார்கள். இதோ, அந்த மிருகங்கள் இப்போது அவர்களைத் தாக்குகின்றன. ஆனால், இதற்கு முன்னர் அவை அப்படிச் செய்ததே இல்லை. காட்டெருமைகள் வந்து அவர்களின் பயிர்களைச் சாப்பிடும். சிறுத்தைகள் அவர்களுடைய ஆடுகளைத் திருடிக் கொண்டு போகும். இன்றைக்கு இங்கே வந்த செய்தி, ஒரு காட்டெருமை ஒருவனைக் கொன்றுவிட்டது என்பது. பிரார்த்தனையாலும் தியானத்தாலும் அவர்கள் மனத்திலிருந்து பயத்தை ஒழித்துவிடுங்கள் என்று நான் சொன்னாலும் அவர்கள் செய்யப்போவதில்லை.'

'ஏன்? ' என்று கேட்டார் கோண்ட். 'நான் அங்கே சென்று அந்த விலங்குகளை அவர்களிடமிருந்து விரட்ட எனக்கு அனுமதி தரமாட்டீர்களா? '

‘இப்போதைக்கு இல்லை’ என்றார் லாமா. ‘விழித்திருக்கும் கணங்களில் நீ பயத்திலிருந்து குணமடைந்திருந்தாலும், உன்னுடைய கனவுகள் அச்சத்தின் சாபத்துக்கு இன்னும் இடம் கொடுத்துக் கொண்டிருக்கிறது. இன்னும் சில நாட்கள் தொடர்ந்து பிரார்த்தித்துத் தியானம் செய்வோம், உன்னுடைய ஆன்மாவில் இருக்கும் கசடுகள் எல்லாம் வெளியே போய்விடும். நீ குணமடைந்த பின்பும் கீழே இருக்கும் கிராமத்தார்கள் விலங்குகளால் தாக்கப்பட்டுக் கொண்டிருந்தார்கள் என்றால், நீ போய் அவர்களுக்கு உதவி செய்யலாம்.’

17

லாமாவின் மெய்யறிவு

பத்து நாட்கள், லாமா சொன்னபடியே கடுமையாகவும் ஆத்மார்த்தமாகவும் தியானம் செய்த பிறகு அவர் என்னையும் வண்ணக்கழுத்துப் புறாவையும் கூப்பிட்டனுப்பினார். வண்ணக் கழுத்துப் புறாவை என் கைகளில் ஏந்திக்கொண்டு அவருடைய அறையை நோக்கி ஏறிச் சென்றேன். வழக்கமாக மஞ்சள் நிறத்தில் இருக்கும் அவருடைய முகம் இன்றைக்கு பழுப்பு நிறத்தில், மிகவும் சக்தி வாய்ந்ததாக இருந்தது. அவருடைய பாதாம் வடிவக் கண்களில் ஒருவித புதுமையான சமநிலையும் சக்தியும் ஒளிர்ந்தது. அவர் வண்ணக்கழுத்துப் புறாவைத் தன் கைகளில் எடுத்துக் கொண்டு,

'வாடைக் காற்று உன்னைக் குணப்படுத்தட்டும்
தென்றல் உன்னைக் குணப்படுத்தட்டும்
கோடைக் காற்றும் கொண்டல் காற்றும்
ஆரோக்கியத்தை உன் மீது பொழியட்டும்
அச்சம் உன்னைவிட்டுப் போகிறது
வெறுப்பு உன்னைவிட்டுப் போகிறது
சந்தேகமும் உன்னைவிட்டுப் போகிறது
தைரியம் பொங்கும் புதுவெள்ளமென உனக்குக்குள்ளே
விரைகிறது
உன் இருப்பு மொத்தத்தையும் அமைதி ஆள்கிறது

அமைதியும் வலிமையும் உனது இரு இறக்கைகள் ஆகிவிட்டன
உன் கண்களில் துணிவு ஒளிர்கிறது;
இதயத்தில் சக்தியும் வீரமும் உறைகின்றன
நீ குணமடைந்துவிட்டாய்
நீ குணமடைந்துவிட்டாய்
நீ குணமடைந்துவிட்டாய்
ஷாந்தி! ஷாந்தி! ஷாந்தி! '

சூரிய அஸ்தமனத்தில், இமாலயச் சிகரங்கள் வெவ்வேறு வண்ணச் சுவாலைகளாய் ஒளிரும் வரை நாங்கள் அங்கேயே உட்கார்ந்து இந்த எண்ணங்களைத் தியானித்தோம். எங்களைச் சுற்றி இருந்த பள்ளத்தாக்குகள், குகைகள், காடுகள் எல்லாம் ஊதாப் போர்வை போர்த்திக் கொண்டிருந்தன.

வண்ணக்கழுத்துப் புறா மெதுவாக லாமாவின் கைகளில் இருந்து கீழே குதித்து, அந்த அறையின் வாசலுக்கு நடந்து சென்று சூரிய அஸ்தமனத்தைப் பார்த்தான். தன்னுடைய இடது இறக்கையை விரித்துக் காத்திருந்தான். பிறகு மென்மையாக, அவ்வளவு மெதுவாக, ஒவ்வொரு சிறகாக, ஒவ்வொரு தசையாக, கடைசியில் பாய்மரத் துணியைப்போல விரிய, வலது இறக்கையை உயர்த்தினான். உடனடியாகப் பறப்பதைப்போல நாடகத்தனமாக எதையும் செய்யாமல், ஏதோ மதிப்புமிக்க, ஆனால் உடைந்துவிடக் கூடிய இரு காற்றாடிகளைப்போல தன்னுடைய இறக்கைகளை மூடிக் கொண்டான். அந்திச் சூரியனுக்கு எப்படி வணக்கம் சொல்ல வேண்டும் என்பதை அவனும் அறிந்திருந்தான். ஒரு பூஜாரியின் மாண்புடன் அவன் படிகளில் இறங்கினான்.

என் பார்வையை விட்டு அவன் மறைந்தவுடன், தன் இறக்கைகளை அடித்துக்கொள்ளும் சத்தத்தைக் கேட்டேன், கேட்ட மாதிரி கற்பனை செய்தேன். உண்மையில் என்ன நடந்தது என்பதைக் காண விரைந்து எழுந்தேன். ஆனால், லாமா என் தோள்களில் கைவைத்து என்னைத் தடுத்து நிறுத்தினார். அவருடைய இதழ்களில் இன்ன தென்று புரிந்துகொள்ள முடியாத ஒரு புன்னகை தவழ்ந்திருந்தது.

அடுத்த நாள் காலையில் நடந்த விஷயங்களை கோண்டிடம் சொன்னேன். அவர் சாதாரணமாகப் பதில் சொன்னார். 'வண்ணக் கழுத்துப் புறா தன் இறக்கைகளை விரித்து அஸ்தமிக்கும் சூரியனுக்கு வணக்கம் சொன்னான் என்று நீ சொல்கிறாய். அதில் ஆச்சரியப்பட எதுவுமில்லை. விலங்குகள் ஆன்மிக எண்ணம் கொண்டவை. ஆனால் மனிதன் தனது அறியாமையால் அவை

அப்படியில்லை என்று நினைக்கிறான். குரங்குகள், கழுகுகள், புறாக்கள், சிறுத்தைகள், ஏன் கீரிப்பிள்ளைகள்கூடசூரிய உதயத்தையும் அஸ்தமனத்தையும் வணங்குவதை நான் பார்த்திருக்கிறேன். '

'எனக்கு அவற்றைக் காண்பிக்க முடியுமா உங்களால்? '

'முடியும். ஆனால் இப்போது இல்லை. நாம் போய் வண்ணக் கழுத்துப் புறாவுக்குக் காலையுணவைக் கொடுப்போம்' என்றார் கோண்ட்.

நாங்கள் அவனுடைய கூண்டை அடைந்தபோது, அது திறந்திருப்பதையும் அதற்குள் அவன் இல்லாததையும் கண்டோம். நான் ஆச்சரியப்படவில்லை. ஏனென்றால், மடாலயத்துக்கு வந்த பிற்பாடு ஒவ்வொரு இரவும் அவனுடைய கூண்டை நான் திறந்து தான் வைக்கிறேன். ஆனால், அவன் எங்கு போனான்? பிரதான கட்டடத்தில் அவனைக் காணவில்லை என்பதால் நாங்கள் நூலகத்துக்குச் சென்றோம். அங்கு ஆளில்லாத வெளிப்புற அறையில் அவனுடைய சிறகுகள் கிடப்பதைக் கண்டோம். பக்கத்திலேயே கோண்ட், மரநாய் ஒன்றின் பாதச் சுவடுகளைக் கண்டுபிடித்தார். அசம்பாவிதம் நடந்திருக்கும் என்று பயந்தோம். ஆனால், அந்த மரநாய் அவனைத் தாக்கிக் கொன்றிருந்தால், தரையில் அவனுடைய ரத்தம் இருந்திருக்குமே. பிறகு எங்கு பறந்து போயிருப்பான்? என்ன செய்திருப்பான்? இப்போது எங்கே இருப்பான்?

நாங்கள் ஒரு மணிநேரம் அலைந்தோம். எங்களுடைய தேடலை நிறுத்தலாம் என்று நினைத்தபோது, அவன் எழுப்பும் ஒலியைக் கேட்டோம். நூலகத்தின் கூரையில், இறவாணத்தில் தங்கள் கூடுகளில் இருந்த தன்னுடைய பழைய நண்பர்களான உழவாரக் குருவிகளுடன் பேசிக் கொண்டிருந்தான். இவனுடைய ஒலிக்கு அவர்கள் பதிலளிப்பதை எங்களால் புரிந்துகொள்ள முடிந்தது. திருவாளர் உழவாரக்குருவி 'சீப் சீப் சீப்' என்று கத்தினார்.

நான் உற்சாகத்தில் வண்ணக்கழுத்துப் புறாவை நோக்கிக் கூவினேன். 'ஆயா ஆய்!' என்று காலைச் சாப்பாட்டுக்காக அவனை அழைத்தேன். அவன் கழுத்தை வளைத்துக் கவனித்தான். பிறகு, நான் மீண்டும் அவனை அழைக்க, அவன் என்னைப் பார்த்தான். உடனடியாக தன் இறக்கைகளை சப்தமாக அடித்து, கீழ் நோக்கிப் பறந்து என்னுடைய மணிக்கட்டில், சிறிதும் அலட்டிக்கொள்ளாதது போல் வந்து அமர்ந்தான்.

அன்றைய சூரிய உதயத்தின்போது, காலை தியானத்துக்காகச் செல்லும் பூசாரிகளின் காலடிச் சத்தங்களைக் கேட்டு, கூண்டிலிருந்து வெளி வந்து, வெளிப்புற அறைக்குச் சென்றபோது, அங்கு ஒரு அனுபவமில்லா இளம் மரநாய் அவனைத் தாக்கியிருக்க வேண்டும் என்பதில் சந்தேகமே இல்லை. வண்ணக்கழுத்துப் புறாவைப் போன்ற அனுபவசாலியால், ஒன்றிரண்டு சிறகுகளை மட்டுமே உதிர்த்து அந்த மரநாய்க்கு எளிதாக போக்குக்காட்டிவிட முடியும். அந்த இளம் மரநாய், குவிந்திருக்கும் இறகுகளுக்கு இடையே புறாவைத் தேடிக் கொண்டிருக்க, அவனுக்கு இரையாகி இருக்க வேண்டியதோ வானத்தை நோக்கிப் பறந்திருக்கும்.

வானத்தில், உதிக்கும் சூரியனுக்கு வணக்கம் செலுத்தப் பறந்து கொண்டிருந்த தனது பழைய நண்பனான உழவாரக் குருவியைப் பார்த்திருக்க வேண்டும். இருவரும் இணைந்து காலை வழிபாட்டை முடித்த பின்னர், உரையாடுவதற்காக மடாலய நூலகக் கூரையில் இறங்கியிருக்கிறார்கள்.

அன்றைக்கு ஒரு பயங்கரமான செய்தி மடாலயத்தை வந்தடைந்தது. லாமா குறிப்பிட்ட அதே கிராமத்தைச் சில நாட்களுக்கு முன்னர் ஒரு காட்டெருமை தாக்கியிருக்கிறது. ஊருக்குப் பொதுவாக இருந்த கதிரடிக்கும் களத்துக்கு அருகில் நடந்த ஊர்ப் பெரியவர்களின் கூட்டம் முடிந்து வீட்டுக்குத் திரும்பிக் கொண்டிருந்த இரண்டு பேரை, முன்தினம் மாலை அங்கு வந்த காட்டெருமை கொன்றிருக்கிறது. தலைமை லாமாவைச் சந்தித்து அந்த விலங்கை அழிக்கவும் அந்த முரட்டு மிருகத்தைப் பீடித்திருந்த துராத்மா நீங்குவதற்காகப் பிரார்த்தனை செய்யவும், தலைமை லாமாவை கேட்டுக்கொள்வதற்காக கிராமத்தவர்கள் ஒரு குழுவை அனுப்பியிருந்தார்கள்.

இருபத்து நான்கு மணிநேரத்தில் அந்த மிருகத்தை வெல்லக்கூடிய வழிவகையைச் செய்வதாக லாமா சொன்னார். ‘எல்லையற்ற கருணையின் அன்புக்குப் பாத்திரமானவர்களே, அமைதியோடு வீட்டுக்குச் செல்லுங்கள். உங்களுடைய பிரார்த்தனைகள் நிறைவேற்றப்படும். அந்தி சாய்ந்தபின்வீட்டுக்கு வெளியே வராதீர்கள். வீட்டிலேயே இருந்து, அமைதியையும் துணிவையும் தியானம் செய்யுங்கள்’.

அங்கே இருந்த கோண்ட் அவர்களிடம், ‘இந்த மிருகம் எவ்வளவு நாட்களாக உங்கள் கிராமத்தில் தொல்லை தந்துகொண்டிருக்கிறது?’ என்று கேட்டார். அந்தக் குழுவில் இருந்த ஒவ்வொருவருமே அந்த

மிருகம் கடந்த ஒரு வாரமாக ஒவ்வொரு இரவும் வந்து கொண்டிருப்பதாகத் தெரிவித்தார்கள். அது அவர்களுடைய வசந்தகாலப் பயிரில் கிட்டத்தட்ட பாதியைச் சாப்பிட்டுவிட்டிருந்தது. மீண்டும், அந்தக் காட்டெருமையை அழிக்கவும் தம்மைப் பாதுகாத்துக்கொள்ள உதவும் ஒரு சக்தி வாய்ந்த மந்திரத்தை வேண்டிவிட்டு, அவர்கள் கிராமத்தை நோக்கி கீழே இறங்கினார்கள்.

அந்தக் குழு சென்ற பின்னர், அருகில் நின்று கொண்டிருந்த கோண்டை நோக்கி, 'வெற்றியால் தேர்வு செய்யப்பட்டவனே, இப்போது நீ குணமடைந்துவிட்டதால், அங்கே போய் அந்தக் கொலைகாரனை அழித்துவிடு' என்றார்.

'ஆனால், குருவே'

'இனியும் பயப்பட வேண்டியதில்லை, கோண்ட். உன்னுடைய தியானங்கள் உன்னைக் குணப்படுத்திவிட்டன. இவற்றிலிருந்து என்ன பெற்றாய் என்பதை, இந்த வாய்ப்பைவைத்துக் கொண்டு காட்டுக்குப் போய் சோதித்துப்பார். தனிமையில் ஒருவர் பெற்ற சக்தியையும் சமநிலையையும் மக்கள்திரளில் சோதித்துப் பார்ப்பது கட்டாயம். இப்போதிலிருந்து இரண்டு சூரிய அஸ்தமனத்துக்குள் நீ வெற்றியோடு திரும்ப வேண்டும். உன்னுடைய வெற்றியின் மீது எனக்கு இருக்கும் மாறாத நம்பிக்கைக்காக இந்தப் பையனையும் அவனுடைய புறாவையும் உன்னோடு அழைத்துப் போ. உன்னுடைய சக்தியின் மீதோ இந்தக் காரியத்தில் உன்னுடைய வெற்றியின் மீதோ எனக்கு சந்தேகம் இருந்திருந்தால் ஒரு பதினாறு வயதுப் பையனை உன்னுடன் அழைத்துக் கொண்டு செல்லச் சொல்லியிருக்கமாட்டேன். அந்தக் காட்டெருமையை நீதிக்கு முன்னால் நிறுத்து' என்றார் தலைமை லாமா.

அன்று மதியம் நாங்கள் காட்டுக்குக் கிளம்பினோம். மீண்டும் ஒரு இரவை காட்டில் கழிக்கப்போவதை நினைத்து உற்சாகமடைந்தேன். முழுமையானவர்களான கோண்டுடனும் வண்ணக்கழுத்துப் புறாவுடனும் காட்டுக்கு, மீண்டும் ஒரு காட்டெருமையைத் தேடிச் செல்வது எத்தனை இன்பம். இது மாதிரியான ஒரு வாய்ப்பை வரவேற்காத சிறுவனும் இந்த உலகத்தில் இருப்பானா?

ஆக, நிரம்பி வழியும் உற்சாகத்துடன், கயிற்று ஏணி, ஒரு சுருக்குக் கயிறு, கத்திகளை எடுத்துக் கொண்டு, வண்ணக்கழுத்துப் புறாவை என் தோளில் ஏற்றிக் கொண்டு நாங்கள் கிளம்பினோம். ஆங்கிலேய அரசாங்கம், சாதாரண இந்திய மக்கள் நவீன ஆயுதங்கள் தரிக்க,

பயன்படுத்தத் தடை போட்டிருப்பதால், நாங்கள் துப்பாக்கிகளை எடுத்துக்கொள்ளவில்லை.

மதியம் மூன்று மணி சுமாருக்கு மடாலயத்துக்கு வட மேற்கே இருக்கும் அந்தக் கிராமத்தை அடைந்தோம். அந்த எருமையின் கால்தடத்தைக் கண்டுபிடித்தோம். அடர்ந்த காட்டுக்குள்ளும், அகன்ற பாதைகளிலும் அதைத் தொடர்ந்தோம். அங்குமிங்கும், ஓடையைக் கடக்கவும், கீழே விழுந்திருந்த ராட்சத மரங்களைத் தாண்டவும் வேண்டியிருந்தது. காட்டெருமையின் கால் குளம்புகளின் தடங்கள் அசாதாரணத் தெளிவுடனும் ஆழமாகவும் தரையில் பதிந்திருந்தன.

கோண்ட் சொன்னார், 'இங்கே எவ்வளவு கடுமையாக இந்த மிருகம் உழன்றிருக்கிறது என்று பார். அது மரண பயத்தோடு இருந்திருக்க வேண்டும். மிருகங்கள் அச்சமில்லாத நிலையில் மிகக் குறைவான தடங்களையே விட்டுச் செல்லும். ஆனால், மிரண்டுவிட்டால், சாவு பயம் ஒட்டுமொத்தமாகத் தங்கள் உடலை அழுத்துவதைப்போல நடந்துகொள்ளும். இவனுடைய கால் குளம்புகள், அவன் போன இடங்களில் எல்லாம் ஆழமாகவும் தெளிவாகவும் இறங்கியிருக்கின்றன. ரொம்பவே மிரண்டு போய் இருக்கிறான். '

கடைசியில் நாங்கள் கடக்க முடியாத ஒரு ஆற்றை அடைந்தோம். கோண்டைப் பொறுத்தவரை அதனுடைய ஓட்டம், அதில் இறங்கினால் எங்கள் கால்களை உடைத்துவிடும் அளவுக்குக் கூர்மையானவை. அந்த எருமையும்கூட அதைக் கடக்க முயற்சி செய்யவில்லை என்பது ஆச்சரியம்தான். அதனால், நாங்கள் அந்த மிருகத்தை முன் மாதிரியாக எடுத்துக்கொண்டு நதிக்கரையில் அதன் கால் தடங்களை மேலும் தேடினோம். இருபது நிமிடங்களில் அந்தக் காலடித்தடங்கள் ஓடையின் கரையில் காணாமல் போய், கரியைப்போல இருண்ட அடர்ந்த காட்டுக்குள் சென்றது. இப்போது மணி மாலை ஐந்துகூடஆகியிருக்கவில்லை. எந்த வயதுடைய காட்டெருமைக்கும் கிராமத்திலிருந்து இவ்வளவு தூரம் வர அரை மணிநேர ஓட்டமே போதும்.

'உனக்கு இந்தத் தண்ணீரின் பாடல் கேட்கிறதா? ' என்றார் கோண்ட். பல நிமிடங்கள் கவனித்துக் கேட்ட பின்பு, தண்ணீர் கோரைப் புற்களையும் அதற்குப் பக்கத்திலேயே இருக்கும் மற்ற புற்களையும் முத்தமிட்டபடி எழுப்பும் கல கல ஒலியையும் முனகல் ஒலியையும் கேட்டேன். அந்த நதி ஓடி இறங்கும் ஏரியிலிருந்து இருபது அடி தொலைவில் இருந்தோம். 'அந்தக்

கொலைகார எருமை இந்த இடத்துக்கும் அந்தக் காயலுக்கும் நடுவில் தான் எங்கோ ஒளிந்து கொண்டிருக்கிறது. ஒருவேளை தூங்கிக் கொண்டிருக்கலாம்' என்றார் கோண்ட்.

'அங்கிருக்கும் இரட்டை மரங்கள் ஒன்றில் தங்குவோம். இருட்டிக் கொண்டு வருகிறது. சீக்கிரமே அந்த மிருகம் கண்டிப்பாக இங்கே வரும். அது வரும்போது, நாம் காட்டின் தரையில் இருக்கக் கூடாது. அந்த மரங்களுக்கு இடையே நான்கு அடிகூட இடைவெளி இல்லை.'

அவர் கடைசியாகச் சொன்ன வார்த்தை எனக்கு ஆச்சரியத்தை அளித்தது. நான் அந்த இரண்டு மரங்களுக்கு இடையிலான இடைவெளியை ஆராய்ந்தேன். அவை உயர்ந்து பருத்திருந்தவை, இரண்டுக்கும் நடுவே நாங்கள் இருவரும் நெஞ்சோடு நெஞ்சை ஒட்டிக் கொண்டு நடக்கக் கூடிய அளவே பூமி இருந்தது.

'இப்போது என்னுடைய பயம் தோய்ந்த ஆடையை இந்த இரட்டை மரங்களுக்கு நடுவே வைக்கிறேன்' என்று சொல்லிவிட்டுத் தன்னுடைய உடைக்கு அடியில் இருந்து நேற்று வரை அவர் அணிந்திருந்த பழைய உடைகளின் மூட்டையை எடுக்கலானார். அதைத் தரையில்வைத்துவிட்டு இரண்டில் இரு மரத்தில் ஏறினார். மேலே ஏறிய பிறகு கோண்ட் ஒரு கயிற்று ஏணியை எனக்காகக் கீழே வீசினார். வண்ணக்கழுத்துப் புறா என் தோளில் தன் இறக்கைகளை அடித்துக்கொண்டு சமநிலைக்கு வர முயற்சி செய்து கொண்டிருந்தது. நான் அந்த ஏணியில் ஏறினேன். இரண்டுபேரும் கோண்ட் உட்கார்ந்து கொண்டிருந்த கிளையைப் பத்திரமாக அடைந்துவிட்டோம். மாலை விரைந்து வந்து கொண்டிருக்க நாங்கள் அங்கேயே சில நேரம் அசையாமல் உட்கார்ந்திருந்தோம்.

அந்தி சாய்கையில் நான் முதலில் கவனித்த விஷயம் பறவைகளின் வாழ்க்கை. கொக்குகள், இருவாய்க் குருவிகள், க்ரவுஸ், பெஸண்டுகள், பாட்டுக் குருவிகள், கிளிகளின் மரகதக் கூட்டங்கள் காட்டை ஆக்கிரமிப்பதுபோல இருந்தது. தேனீயின் ரீங்காரமும் மரங்கொத்தியின் டக் டக் டக் சத்தமும், தொலைவில் கேட்ட கழுகின் கிரீச் ஒலியும், மலை ஓடையின் கீழிறித்துச் செல்லும் இரைச்சலோடும் ஏற்கெனவே முழித்துவிட்டிருந்த கழுதைப் புலிகளின் விட்டுவிட்டு வரும் கனைத்தலோடும் கலந்திருந்தது.

அந்த இரவு நாங்கள் இருப்பிடத்தை அமைத்திருந்த மரம் மிகவும் உயரமானது. எங்களுக்கு மேலே சிறுத்தையோ பாம்போ இல்லாதபடி நாங்கள் உயரத்துக்கு ஏறினோம். கவனமான ஆய்வுக்குப் பிறகு இரண்டு கிளைகளைத் தேர்ந்தெடுத்து,

அவற்றுக்கு இடையே எங்களுடைய கயிற்று ஏணியை உறுதியான தொட்டிலாகக் கட்டினோம். இருப்பிடத்தில் பத்திரமாக உட்கார்ந்த உடனே கோண்ட், வானத்தைச் சுட்டிக்காட்டினார். உடனே நான் மேலே பார்த்தேன். அங்கே மிகப் பெரிய கழுகொன்று தன்னுடைய மாணிக்க நிற இறக்கைகளோடு பறந்து கொண்டிருந்தது. வெள்ளத்தைப் போன்று வேகமாக இருட்டுத் தரையிலிருந்து மேலெழுந்து வந்தாலும்கூட, வானுக்கு மேல் வெளிகள் ஒரு புறாவின் கழுத்தைப் போன்று ஒளிர்ந்தது. அந்த வெளியில் அந்தத் தனிக் கழுகு மீண்டும் மீண்டும் வட்டமடித்துக் கொண்டிருந்தது. கோண்டைப் பொறுத்தவரை சந்தேகமே இல்லாமல் அந்தக் கழுகு அஸ்தமிக்கும் சூரியனை வழிபடுகிறது.

அந்தக் கழுகின் இருப்பு ஏற்கெனவே அங்கிருந்த பறவைகளையும் பூச்சிகளையும் அசைவற்று வைத்திருந்தது. அவற்றுக்கு வெகு மேலே அந்தக் கழுகு இருந்தபோதும், மௌன பக்தர்களின் கூட்டம்போல, அவர்களுடைய அரசன் பின்னும் முன்னும் பறந்து, அவர்களுடைய கடவுளான ஒளியின் பிதாவுக்கு ஒரு பூஜாரியைப் போலே மெய்மறந்து வணக்கம் செலுத்துகையில், அவை அமைதி காத்தன. மெல்ல அதன் இறக்கைகளில் இருந்து மாணிக்க ஒளி கசிந்தது. இப்போது அவை தங்கப் பொறிகளால் விளிம்புகள் செய்யப்பட்ட கருநீலப் பாய்மரத் துணியைப்போலே இருந்தன. அதனுடைய இறை வணக்கம் முடிவுக்கு வந்துவிட்டதைப் போலே, இன்னும் மேலே உயர்ந்து, தன் தெய்வத்தின் முன் தீக்குளிப்பதைப்போலே, தீயினால் எரிவது போன்று நின்ற சிகரங்களை நோக்கிப் பறந்து சென்று, அவற்றின் ஒளி வெள்ளத்தில் ஒரு அந்துப்பூச்சியைப்போலே காணாமல் போனது.

கீழே ஒரு எருமையின் முக்காரம் பூச்சிகளின் ஒலிகளை ஒவ்வொன்றாக விடுவித்து, மாலையின் நிசப்தத்தைக் கந்தல் கந்தலாகக் கிழித்தது. அருகில் ஓர் ஆந்தை அலற, என் துணிக்கு அடியில் இருந்த வண்ணக்கழுத்துப் புறா என் நெஞ்சோடு நெருங்கிவந்தது. திடீரென்று குயிலைப் போன்ற இரவுப் பறவையான ஹிமாலய குண்டுகரிச்சான் குருவி ஒன்று தன் மாயப் பாடலைத் தொடங்கியது. கடவுள் ஊதும் வெள்ளிப் புல்லாங் குழல்போல, ஏற்றத்துக்கு மேல் ஏற்றமாக, மரக்கூட்டங்களுக்கு இடையே வேகமாகப் பொழிந்து, அவற்றின் கடுமையான கிளைகளின் மீது வடிந்து காட்டுத் தரையில் இறங்கிப்பின் அவற்றின் வேர்களின் வழியே பூமியின் அடிநெஞ்சுக்குள் இறங்கும் மழையைப்போல, அமைதி இறங்கியது.

முன்னரே வரும் கோடைக்கால இரவு உண்டாக்கும் மகிழ்ச்சி எக்காலத்திலும் விளக்க முடியாததாகவே இருக்கும். உண்மையில் இது மிகவும் இனிமையாகவும் தனிமையாகவும் இருந்ததால் எனக்குக் கண்ணைச் சுற்றிக்கொண்டு வந்தது. மரத்தின் தண்டோடு என்னை பத்திரமாகப் பிணைக்க கோண்ட் இன்னொரு கயிற்றை என்னைச் சுற்றிக் கட்டினார். பின், சௌகரியமாகத் தூங்குவதற்காக என் தலையை அவருடைய தோளில் இருத்திக் கொண்டேன். ஆனால், நான் அப்படிச் செய்வதற்கு முன்பாக கோண்ட் தன்னுடைய திட்டத்தைச் சொன்னார்.

'நான் கீழே கழற்றிப் போட்ட எனது உடைகள், நான் பயத்தின் பிடியில் இருந்தபோது உடுத்தியவை. அவை ஒரு விசித்திரமான வாடையைக் கொண்டவை. அந்த எருமை மச்சான் இந்த வாடையை நுகர்ந்தால், அவன் இந்தப் பக்கம் வருவான். பயத்தினால் பீடிக்கப்பட்டிருப்பவன், பயத்தின் வாசனைக்குப் பதிலாற்றுவான். நான் கழற்றிப் போட்ட துணிகளை ஆராய அவன் வந்தால், நாம் அவனுக்கு என்ன செய்ய முடியுமோ அதைச் செய்வோம். அவனைக் கயிற்றால் பிணைத்து ஒரு கிடாரியைப் போல அடக்கி வீட்டுக்குக் கொண்டு செல்ல முடியும் என்று நான் நினைக்கிறேன்' அவர் அதற்கு மேல் சொன்னவை என் காதில் விழவில்லை. நான் தூங்கிவிட்டிருந்தேன்.

எவ்வளவு நேரம் தூங்கினேன் என்றே தெரியவில்லை. ஒரு கொடூரமான உறுமல் கேட்டு திடீரென்று நான் விளித்தேன். கண்களைத் திறந்தபோது, எனக்கு முன்னமே விளித்திருந்த கோண்ட், என்னைச் சுற்றிக் கட்டியிருந்த கயிற்றை அவிழ்த்துவிட்டு கீழே பார்க்கும்படிச் சைகை செய்தார். விடியலின் மங்கிய வெளிச்சத்தில் முதலில் எதுவுமே எனக்குத் தெரியவில்லை, ஆனால் ஒரு கோபம் கொண்ட விலங்கின் முனகலும் உறுமலும் எனக்குத் தெளிவாகக் கேட்டது. வெப்ப மண்டலப் பிரதேசங்களில் விடியல் விரைவானது. நான் கீழே கூர்ந்து நோக்கினேன். இப்போது அதிகரித்து வரும் வெளிச்சத்தில் நான் கண்டது முதுகுத் தண்டைச் சில்லிடவைத்தது.

ஒளிரும் நிலக்கரிக் குன்று ஒன்று தன்னுடைய கரும் பக்கத்தால் நாங்கள் உட்கார்ந்திருந்த மரத்தை உரசிக் கொண்டிருந்தது. அதன் ஒரு பாதி முழுக்க இலைகளாலும் மரக் கிளைகளாலும் போர்த்தப் பட்டிருந்த போதும், அது ஒரு பத்து அடி நீளம் இருக்கக்கூடும் என்று நான் ஊகித்தேன். காலைச் சூரியன் பட்டு அந்த மிருகம், ஒரு

உலையிலிருந்து வெளிவரும் கரிய அமுதக்கல்லைப்போல இருந்தது.

'இயற்கையில் காணும் எருமை ஆரோக்கியமாகவும் வாளிப்பாகவும் இருக்கிறது. மிருகக்காட்சிசாலையில் சடைதட்டிப் போன மயிர்களுடனும் அழுக்கான தோலுடனும் ஒரு அசிங்கமான மிருகமாகத் தெரிகிறது. அடைத்துவைக்கப்பட்டிருக்கும் எருமையைக் காண்பவர்கள் அது மிக அழகாக இருக்க முடியும் என்பதைப் புரிந்துகொள்ளவும் முடியுமோ? ஐயோ பாவம் இந்த இளைஞர்கள். கடவுளின் படைப்புகளை, நூறு விலங்குகளை மிருகக்காட்சி சாலையில் பார்ப்பதற்குச் சமமானதான ஒரு விலங்கை அதன் இருப்பிடத்தில் நேரடியாகக் காண்பதைவிட்டுவிட்டு, சிறைகளில் மிருகங்களைப் பார்த்து அவற்றைப்பற்றிய அறிவைப் பெற வேண்டியிருக்கிறது.

சிறைகளில் இருக்கும் கைதிகளைக் கண்டு மனிதரின் தார்மிக நியாயங்களை நம்மால் புரிந்துகொள்ள முடியாதபோது, எப்படி கூண்டில் அடைக்கப்பட்டிருக்கும் ஒரு மிருகத்தைப் பார்ப்பதைக் கொண்டே அதைப்பற்றி எல்லாமும் நாம் அறிந்து கொண்டுவிட்டதாக நம்மால் நினைக்க முடிகிறது? ' என்று நான் நினைத்தேன்.

எப்படியோ போகட்டும். எங்கள் மரத்தடியில் இருந்த அந்தக் கொலைகார எருமையைப் பார்ப்போம். வண்ணக்கழுத்துப் புறாவை என் உடையிலிருந்து விடுவித்து மரத்தில் உலாவ விட்டு விட்டு, நானும் கோண்டும் அந்த மரத்திலிருந்து ஏணிப்படிகளில் இறங்குவதைப்போலக் கிளைகளில் இறங்கி, அந்த எருமைக்கு இரண்டடிக்கு மேலே இருக்கும் ஒரு கிளையை அடைந்தோம். கோண்ட் சுருக்குக் கயிற்றின் ஒரு முனையை மரத்தண்டோடு விரைந்து கட்டியதை அது கவனிக்கவில்லை. கீழே போட்டிருந்த கோண்டின் உடைகளில் கிழிக்கப்பட்டிருந்தவற்றில் மிச்சமிருந்த வற்றை அந்த எருமை தனது கொம்புகளைச் செலுத்தி கீழே விளையாடிக் கொண்டிருந்ததைக் கவனித்தேன். அந்த உடைகளில் இருந்த மனித வாடையே அதனை ஈர்த்திருக்கிறது என்பதில் சந்தேகமில்லை.

அதனுடைய கொம்புகள் சுத்தமாக இருந்த போதும், அதன் தலையில் இன்னும் காய்ந்திராத ரத்தக் கறை இருந்தது. அந்த இரவில் மீண்டும் அந்தக் கிராமத்துக்குச் சென்று மற்றும் ஒருவரை அது கொன்றிருக்கிறது என்பது தெரிந்தது. அது கோண்டை உசுப்பிவிட்டது. 'இதை உயிருடன் பிடிப்போம். மேலிருந்து

இந்தச் சுருக்குக் கயிற்றை அதன் கொம்புகள் மீது வீசு, என்று என் காதில் கிசுகிசுத்தார். ஒரு நொடிப்பொழுதில் கோண்ட், மரத்திலிருந்து அந்த எருமையின் பின் பக்கம் குதித்தார். அது அந்த மிருகத்தை மிரளச் செய்தது. அதன் வலது பக்கம் நான் முன்பு சொன்ன மரமும், இடப்பக்கம் நான் அமர்ந்திருந்த மரமும் இருந்ததால், அதனால் திரும்பி ஓட முடியவில்லை. அந்த இரட்டை மரங்களை விட்டு வெளியே போக வேண்டுமென்றால், அது முன்னே போகவேண்டும் அல்லது பின்னே போக வேண்டும். ஆனால், அது நடக்கும் முன்பாகவே நான் சுருக்குக் கயிற்றை அதன் தலை மீது வீசினேன். அந்தக் கயிறு அதன் மீது பட்டவுடன் ஏதோ மின்சாரம் பாய்ந்ததைப்போல அது உணர்ந்தது. அந்தக் கயிற்றிலிருந்து தன்னை விடுவித்துக்கொள்ள மிக வேகமாகப் பின்னால் நகர்ந்தது. கோண்ட் முன்னரே அடுத்த மரத்தைச் சுற்றி நகர்ந்துவிட்டார், இல்லையென்றால் அது பின்னால் போன வேகத்தில், அதன் கூரிய கால் குளம்புகளில் சிக்கி நசுங்கி, வெட்டுப் பட்டு இறந்திருப்பார். ஆனால் இப்போது நான் கண்டது எனக்கு பீதியைக் கொடுத்தது. இரண்டு கொம்புகளையும் சேர்த்து அடியில் இறுக்காமல் ஒரு கொம்பை மட்டுமே சுருக்குக் கயிற்றால் பிடித்திருந்தேன். அந்த நொடியே நான் கோண்டிடம் பதற்றத்துடன் எச்சரித்தேன், 'ஜாக்கிரதை! ஒரு கொம்பு மட்டுமே பிடிபட்டிருக்கிறது. அதிலிருந்தும் கூடக் கயிறு எந்த நொடியும் நழுவலாம். ஓடுங்கள்! ஓடி மரத்தில் ஏறிக்கொள்ளுங்கள். '

ஆனால் அந்தத் துணிச்சல் மிகுந்த வேடுவன் எனது அறிவுரையைப் பொருட்படுத்தவில்லை. மாறாக, எதிரியைப் பார்த்தவாறு அருகிலேயே நின்றார். பிறகு அந்த முரட்டு மிருகம் தன் தலையைத் தாழ்த்தும் முன்னே பாய்வதைக் கண்டேன். பயத்தில் என் கண்களை மூடிக் கொண்டேன்.

நான் மீண்டும் கண்களைத் திறந்தபோது, அந்த எருது அதன் கொம்பில் கட்டப்பட்டு, கோண்ட் பின்னே ஒளிந்து கொண்டிருந்த மரத்தை முட்ட முடியாமல் தடுக்கும் கயிற்றை இழுத்துக் கொண்டிருந்தது. அதன் பயங்கர உறுமல் அந்தக் காடு முழுவதையும், பய ஒலிகளால் நிரப்பியது. பயத்தில் கிறீச்சிடும் பிள்ளைகளைப் போல ஒன்றன்பின்ஒன்றாக அதன் எதிரொலி எழுந்தது.

அந்த எருது அவரை அடைவதில் இன்னமும் வெற்றியடைய வில்லை என்பதால், கோண்ட் தன்னுடைய ஒன்றரை அடி நீளமும் இரண்டு அங்குலம் அகலமும் கொண்ட சவரக்கத்தியைப்போலே கூர்மையான பட்டக்கத்தியை எடுத்தார். மெதுவாக வலப்பக்கம்

இருக்கும் இன்னொரு மரத்துக்குப்பின்நழுவினார். பிறகு பார்வையிலிருந்து மறைந்துவிட்டார். அந்த எருது, கடைசியாக கோண்டை எங்கு பார்த்தோ அந்த இடத்தை நோக்கி நேராக ஓடியது. அதிர்ஷ்டவசமாக அந்தக் கயிறு இன்னும் இறுக்கமாக அதன் கொம்பைச் சுற்றியிருந்தது.

இங்கு கோண்ட் வேறொரு தந்திரம் செய்தார். எதிர்த்திசையில், வெவ்வேறு மரங்களுக்கு இடையே வளைந்து நெளிந்து ஓடினார். காற்றினால் கொண்டு சேர்க்கப்படும் தன்னுடைய வாடை, அந்த எருதை அடையாமல் இருக்கவே அவர் அப்படிச் செய்தார். குழப்பமடைந்தபோதும் அந்த எருது திரும்பி கோண்டைத் தொடர்ந்தது. மீண்டும் எங்கள் மரத்துக்குக் கீழே கிடந்த கோண்டின் துணி மூட்டையைக் கண்டது. எருதை அது இன்னும் வெறியடையச் செய்தது. முகர்ந்து பார்த்துவிட்டு, தன் கொம்புகளால் அவற்றைக் கலைத்தது.

இப்போது கோண்ட் காற்றின் கீழ்த்திசையில் இருந்தார். என் பார்வைக்கு அவர் தெரியாத போதும், மரங்கள் ஒருவேளை அந்த எருதினை அவர் பார்வையிலிருந்து மறைத்திருந்தாலும்கூடஅதன் வாடையைக் கொண்டே அவர் எருதின் இடத்தைச் சொல்லி விடுவார் என்று நான் ஊகித்தேன். கோண்டின் துணிகளுக்கு ஊடே தன் கொம்புகளைச் செலுத்திக் கொண்டே அந்த எருது மீண்டும் உறுமியது. அது சுற்றியிருந்த மரங்களில் பயங்கரமாக அமளி துமளிப்பட்டது. எங்கிருந்தோ குரங்குக் கூட்டங்கள் கிளைவிட்டுக் கிளை தாவி ஓடி வந்தன. அணில்கள் சுண்டெலிகளைப்போலே ஓடி மரத்திலிருந்து காட்டின் தரையில் இறங்கி, பின் மீண்டும் மரத்துக்கே சென்றன. மேலே பறந்து கொண்டிருந்த ஜேக்கள், நாரைகள், கிளிகள் போன்ற பறவைக்கூட்டங்கள், காக்கைகள், ஆந்தைகள் மற்றும் பருந்துகளோடு கிறீச்சிட்டன.

திடீரென்று அந்த எருது மீண்டும் தாக்க விரைந்தது. கோண்ட் அமைதியாக அதன் முன்னால் நின்று கொண்டிருப்பதைக் கண்டேன். அமைதியைப்போலே அமைதியாக இருக்கும் ஒரு மனிதனை நான் பார்த்தேன் என்றால் அது கோண்ட் தான். அந்த எருதின் பின்னங்கால்கள் துடித்து வாட்களைப்போலே பறந்தன. பிறகு என்னவோ நடந்தது. அது பின்னங்கால்களை ஊன்றிக் காற்றில் மேலே எழுந்தது. அதன் கொம்பில் இறுக்கப்பட்டு எங்கள் மரத்தில் கட்டப்பட்டிருந்த சுருக்குக் கயிற்றால் தான் அது மேலெழுந்தது என்பதில் சந்தேகமே இல்லை. தரையிலிருந்து பல அடி உயரம் எழுந்து, பின் விழுந்தது. அந்த நொடியில், ஒரு

சிறுபிள்ளையால் உடைக்கப்பட்ட மரக்குச்சிபோலே, அதன் கொம்பு முறிந்து காற்றில் பறந்தது. அந்த முறிவு கட்டுப்படுத்த முடியாத வேகத்தை உண்டு பண்ணி, எருமையை ஒரு பக்கமாகத் தரையில் எறிந்தது. படபடவென்று கால்கள் காற்றை மிதிக்க, அது கிட்டத்தட்ட உருண்டது. அந்த நொடியில், சிக்கிமுக்கிக் கல்லிலிருந்து வரும் தீப்பொறியைப்போலே கோண்ட் முன்னால் குதித்தார். அவரைப் பார்த்தவுடன், அந்த எருமை தன்னைச் சமநிலைப்படுத்தி கொண்டு, தன் பிட்டத்தில் உட்கார்ந்து, பெருமூச்செறிந்தது.

எழுந்து நிற்பதில் கிட்டத்தட்ட வெற்றியடைந்துவிட்டது. ஆனால், தன்னுடைய பட்டாக்கத்தியால் கோண்ட் அதன் தோளுக்குப் பக்கத்தில் தாக்கினார். அதன் கூர்மையான முனை ஆழமாக வெட்டியது. தன்னுடைய மொத்த எடையையும் கொண்டு அதை அழுத்தினார் கோண்ட். எரிமலை வெடிப்புதைப்போலே ஒரு உறுமல் காட்டை உலுக்கியதோடு, திரவ மாணிக்க ஊற்று பீச்சியடித்தது. அதற்கு மேலும் காணச் சகியாது நான் என் கண்களை மூடிக் கொண்டேன்.

சில நிமிடங்களில் என் இடத்திலிருந்து நான் கீழிறங்கி வர, அந்த எருமை ரத்தப்போக்கால் செத்துப்போய்விட்டதைக் கண்டேன். ஆழமான ரத்தக் குளத்தில் அது கிடந்தது. அதற்குப் பக்கத்தில் தரையில் உட்கார்ந்து கோண்ட், தன் செயலால் தன் மேல் படிந்திருந்த கறையைத் துடைத்துக் கொண்டிருந்தார். அவர் தனித்து இருப்பதையே இப்போது விரும்புவார் என்பதை நான் அறிவேன். ஆக, நான் முன்பிருந்த மரத்துக்குச் சென்று வண்ணக் கழுத்துப் புறாவை அழைத்தேன். ஆனால், அவனிடமிருந்து பதிலேதும் இல்லை. அந்த மரத்தில் உச்சிக்கிளை வரைக்கும் ஏறிப் பார்த்துவிட்டேன். ஆனால் அவன் அங்கு இல்லை.

நான் கீழே இறங்கி வந்தபோது, கோண்ட் தன்னைச் சுத்தம் செய்து முடித்திருந்தார். அவர் வானத்தை நோக்கிக் கை காட்டினார். இயற்கையின் தோட்டிகளை நாங்கள் கண்டோம். பருந்துகள் கீழேயும் அவற்றுக்கு வெகு மேலே பிணந்தின்னிக் கழுகுகளும் பறந்தன. யாரோ இறந்துவிட்டார்கள் என்றும் தாங்கள் காட்டைச் சுத்தம் செய்ய வேண்டும் என்று அவை அதற்குள் தெரிந்து கொண்டிருந்தன.

‘நமது புறாவை மடாலயத்தில் தேடுவோம். சந்தேகமே இல்லை, அவன் மற்ற பறவைகளோடு பறந்து போய்விட்டான்’ என்றார் கோண்ட். ஆனால் வீடு நோக்கிக் கிளம்புவதற்கு முன், இறந்த

எருமையைப் பார்க்கச் சென்றேன். அதை நோக்கி ஒவ்வொரு திசையிலிருந்தும் ஈக்கள் படையெடுத்துக் கொண்டிருந்தன. அந்த எருமை பத்தரை அடி நீளம் இருந்தது. அதன் முன்னங்கால்கள் மூன்று அடிக்கும் மேலே இருந்தன.

மடாலயத்துக்குத் திரும்பிச் செல்லும் எங்கள் பயணம் மௌனமாகவே இருந்தது. பாதிக்கப்பட்ட அந்தக் கிராமத்துக்குச் சென்று, அதன் தலைவரிடம் அவர்களின் எதிரி இறந்துவிட்டது என்பதை நண்பகல் பொழுதில் சொன்னபோது மட்டுமே மௌனம் கலைந்தது. முன்தின மாலையில், சூரிய அஸ்தமனத்துக்கு முன் பிரார்த்தனைக்காகக் கோவிலுக்குச் சென்ற அவரது வயதான தாயாரை அந்த எருமை கொன்றிருந்ததால் அவர் துக்கத்தில் இருந்த போதும், இதைக் கேட்டபோதுஅவர் நிம்மதியடைந்தார்.

நாங்கள் மிகவும் பசியில் இருந்தோம், வேகமாக நடந்தோம். சீக்கிரமே மடாலயத்தை அடைந்துவிட்டோம். உடனே எனது புறாவைப்பற்றி விசாரித்தேன். வண்ணக்கழுத்துப் புறாஅங்கு இல்லை. மிகவும் துக்கமாக இருந்தது. அவருடைய அறையில் பேசிக் கொண்டிருந்தபோதுஅந்த வயதான துறவி 'கோண்ட், உங்களைப்போலவே அவனும் பத்திரமாக இருக்கிறான்' என்றார். பல நிமிட மௌனத்துக்குப் பிறகு, 'எது உனது மன நிம்மதியைக் குலைக்கிறது? ' என்று கேட்டார்.

அந்த வயதான வேடுவர் தான் சொல்லப்போவதை அமைதியாக யோசித்தார். 'ஒன்றுமில்லை குருவே. எதைக் கொல்வதையும் நான் வெறுக்கிறேன். நான் அந்த எருதை உயிருடன் பிடிக்கவே விரும்பினேன். ஆனால் ஐயோ! நான் அதை அழிக்க வேண்டி வந்துவிட்டது. அதன் கொம்பு உடைந்தபோது, எனக்கும் அதற்கும் இடையில் எதுவுமே இல்லை. ஒரு முக்கிய நரம்பில் எனது கத்தியைச் செருக வேண்டியதாகிவிட்டது. அவனை உயிருடன் பிடித்திருந்தால் ஒரு மிருகக்காட்சி சாலைக்காவது விற்றிருக் கலாமே என்று நான் வருந்துகிறேன். '

'ஓ! சுய நல சுய லாபக் கறைபடிந்த ஆன்மாவே! ' என்று நான் கூவினேன். 'அந்த எருது இறந்ததுபற்றி நான் வருந்தவில்லை. மிச்ச வாழ்க்கை முழுவதும் மிருகக்காட்சி சாலையில் ஒரு கூண்டில் இருப்பதைவிடச் செத்துப்போவதே நல்லது. சவ வாழ்க்கை வாழ்வதற்குச் சாவே மேல். '

'நீ மட்டும் சுருக்குக் கயிற்றை இரண்டு கொம்புகளிலும் போட்டிருந்தாயானால்' என்று கோண்ட் ஆரம்பித்தார்.

‘நீங்கள் இரண்டு பேரும் வண்ணக்கழுத்துப் புறாவைப்பற்றிக் கவலைப்பட வேண்டும். செத்துப் போன ஒன்றைப்பற்றியல்ல’ என்று அந்த லாமா நிதானமாகச் சொன்னார்.

‘உண்மை தான். நாளை அவனைத் தேடுவோம்’ என்றார் கோண்ட்.

அதற்கு லாமா பதில் சொன்னார்: ‘இல்லை. டெண்டாமுக்குத் திரும்பு என் மகனே. உங்கள் குடும்பம் உங்களைப்பற்றிய கவலையில் இருக்கிறது. அவர்களுடைய எண்ணங்கள் எனக்குக் கேட்கின்றன.’

அடுத்த நாள் நாங்கள் ஒரு ஜோடி குதிரையில் டெண்டாமுக்குக் கிளம்பினோம். விரைவான பயணத்தாலும், வெவ்வேறு இடங்களில் ஒரு நாளைக்கு இரண்டு முறை குதிரைகளை மாற்றிக் கொண்டதாலும் மூன்றே நாட்களில் டெண்டாமை அடைந்து விட்டோம். எங்கள் வீட்டை நோக்கி மேலே போகும்போது, மிகுந்த உற்சாகத்தில் இருந்த எங்கள் வீட்டு வேலைக்காரரை எதிர்கொண்டோம். மூன்று நாட்களுக்கு முன்னரே வண்ணக் கழுத்துப் புறா வந்துவிட்டதாக அவர் சொன்னார். ஆனால் அவனுடன் நாங்கள் இருவரும் வரவில்லை என்பதால் என் பெற்றோர் கலவரப்படத் துவங்கி, எங்களை உயிருடனோ பிணமாகவோ தேடிக் கண்டெடுக்கக் குழுக்களை அனுப்பிவைத்திருந்தார்கள்.

கோண்டும் நானும் என் வீடு நோக்கிக் கிட்டத்தட்ட ஓடினோம். அடுத்த பத்து நிமிடத்தில் என் அம்மாவின் கைகள் என்னைச் சுற்றியிருந்தன. அவனுடைய கால்கள் என் தலையில் இருக்க, வண்ணக்கழுத்துப் புறா தன்னைச் சமநிலையில் இருத்திக் கொள்ளத் தன் இறக்கைகளை அடித்துக் கொண்டிருந்தான்.

வண்ணக்கழுத்துப் புறா ஒரு வழியாகப் பறக்கத் துவங்கிவிட்டான் என்பதைக் கேட்டபோது நான் அடைந்த உற்சாகத்தைச் சொல்லத் தொடங்கினால் நிறுத்த முடியாது. மடாலயத்திலிருந்து டெண்டாமில் எங்கள் வீடுவரைக்கும் அவன் பறந்து வந்திருக்கிறான். தடுமாறவில்லை. தோற்றுப் போகவும் இல்லை. ‘ஓ! பறத்தலின் ஆன்மாவே, புறாக்களுக்கு மத்தியில் ஒரு முத்தே’ என்று நானும் கோண்டும் விரைந்து நடக்கும்போதுவியந்து கொண்டேன்.

இப்படி முடிந்தது சிங்காலிலாவுக்கான எங்கள் யாத்திரை. வண்ணக்கழுத்துப் புறாவையும் கோண்டையும் போர்க்களத்தில் பீடித்திருந்த நோய்களான பயத்தையும் வெறுப்பையும் இந்த யாத்திரை குணப்படுத்திவிட்டது. வாழ்வின் மிகக் கொடிய இந்த

நோய்மைகளிலிருந்து ஒரு ஆன்மாவையேனும் மீட்குமெனில் அதற்கான எந்தவொரு உழைப்பும் வீண் இல்லை.

இந்தக் கதையின் இறுதியில் ஒரு உபதேசத்தைச் சொல்வதற்குப் பதிலாக நான் இதைச் சொல்கிறேன்:

'நாம் எதை யோசிக்கிறோமோ, எதை உணர்கிறோமோ அதன் சாயல் நமது வாக்கிலும் செயலிலும் படியும். பிரக்ஞையற்ற நிலையில்கூடஒருவன் பயப்பட்டாலோ அவனுடைய சிறிய கனவுகூடவெறுப்பில் தோய்ந்திருந்தாலோ, விரைவிலோ அல்லது பின்னரோ, அவனால் இந்த இரண்டு குணங்களையும் தன் செய்கையில் வெளிப்படுத்துவது தவிர்க்க முடியாத ஒன்று. ஆக, என் சகோதரர்களே, துணிவோடு வாழுங்கள், துணிவைச் சுவாசியுங்கள், துணிவையே அடுத்தவருக்கும் அளியுங்கள். அன்பைத் தியானிப்பதன் மூலமும் அன்பை உணர்வதன் மூலமும், ஒரு மலர் வாசம் தருவதைப்போலே இயற்கையாகவே சமாதானமும் அமைதியும் உங்களிடமிருந்து பொழியும். எல்லோருக்கும் அமைதி கிடைக்கட்டும்.'

•••••

www.ingramcontent.com/pod-product-compliance
Lightning Source LLC
LaVergne TN
LVHW100843051026
849519LV00006B/2403
* 9 7 8 9 3 8 6 7 3 7 7 0 0 *